സമരചരിത്രപരമ്പര

മൂന്നയൻ കുന്ന്

Nadakkavu, Kozhikode, Kerala, 673011
www. insightpublica. com
e-mail: insightpublica@gmail.com
Title: **Munayankunnu**
(Malayalam)
Author: **Dr. Jineshkumar Eramam**
Compiled & Edited: V. S. Anilkumar
First Edition: May 2022
Calligraphy: Sasi Varsha
Cover&Layout: kjvj@insight
Copyright © Reserved
All rights reserved.
Printed and Published by
InsightinPublica Printers & Publishers Pvt. Ltd.
ISBN 978-93-90535-22-4
₹ 159

മൂന്നയൻ കുന്ന്

ഡോ: ജിനേഷ്‌കുമാർ എരമം

സമാഹരണം / സംയോജനം
വി. എസ്. അനിൽകുമാർ

കണ്ണൂർ ജില്ലയിലെ എരമം സ്വദേശി. അച്ഛൻ: രാമചന്ദ്രൻ പുത്തൂർ, അമ്മ: എം. എം. രശ്മിണി. മലയാള സാഹിത്യത്തിൽ ഡോക്ടറേറ്റ് നേടിയിട്ടുണ്ട്. ദേശാഭിമാനിയിൽ സബ് എഡിറ്ററായിരുന്നു. ഇപ്പോൾ മാടായി ഗവ. ബോയ്സ് സ്ക്കൂളിൽ പ്ലസ്ടു അധ്യാപകൻ. പുരോഗമന കലാസാഹിത്യ സംഘം വടക്കൻ മേഖലാ സെക്രട്ടറി. സർവവിജ്ഞാനകോശം ഭരണ സമിതിയംഗം. കവിതക്ക് ടി. എസ്. തിരുമുമ്പ് അവാഡും കൽക്കത്ത കേരളസമാജം, തൃശ്ശൂർ അങ്കണം, എറണാകുളം ബീം, തിരുവനന്തപുരം കേദാർ (കനകശ്രീ) എന്നിവയുടെ പുരസ്കാരങ്ങളം ലഭിച്ചു. വിദ്യാഭ്യാസ വകുപ്പിന്റെ പ്രഫ. ജോസഫ് മുണ്ടശ്ശേരി അവാഡ്, വൈലോപ്പിള്ളി സ്മാരക പ്രബന്ധ പുരസ്കാരം എന്നിവയും നേടി. 2018, 2020 വർഷങ്ങ ളിൽ മികച്ച വിദ്യാഭ്യാസ പരിപാടിയുടെ അവതാരകനുള്ള സംസ്ഥാന ടെലിവിഷൻ അവാർഡ് ലഭിച്ചു. പാഠപുസ്തക രചനാ കമ്മിറ്റിയിലും ചലച്ചിത്ര അവാർഡ് ജൂറിയിലും അംഗമായിരുന്നു. അഞ്ച് സിനിമകൾ ക്ക് ഗാനങ്ങളം കറുപ്പ് എന്ന ചിത്രത്തിന് തിരക്കഥയും എഴുതി.

കൃതികൾ: പിന്നെ (കവിത), ഫിഡൽ കാസ്ട്രോ (നാടകം), കറുപ്പ് (തിരക്കഥ), നവോത്ഥാന മൂല്യങ്ങളം മലയാള സിനിമയും, ഏഴാം കലയുടെ ഒളിയുദ്ധങ്ങൾ, സിനിമയുടെ നിലപാടുകൾ, സിനിമാജാലകം, പാട്ടങ്ങൾ പടവുകൾ, ജീവിതം സമരരൂപകം, മുനയൻകുന്ന്, ചരിത്ര ത്തെ ചുവപ്പിച്ചവർ, വിപ്ലവയൗവനത്തിന്റെ കനൽ വഴികൾ.

ഭാര്യ: ജയശ്രീ മക്കൾ: ദയ, ജീവൻ.

വിലാസം: തണൽ, പെരിയാട്ട്, പിലാത്തറ (പി ഒ),

കണ്ണൂർ ജില്ല 670504 ഫോൺ: 9447470136.

ഡോ: ജിനേഷ്കുമാർ എരമം

കേരളം ഉണ്ടായത്

കേരളം ഉണ്ടായത് എങ്ങനെയെന്ന ചോദ്യത്തിന് ഒരൊറ്റ ഉത്തരമേയുള്ളൂ രക്തരൂഷിത സമരത്തിലൂടെ. സ്വാതന്ത്ര്യ സമരത്തിന്റെ ഭാഗമായും അല്ലാതെയും കമ്മ്യൂണിസ്റ്റ് പാർട്ടികൾ നടത്തിയ വിട്ടുവീഴ്ചയില്ലാത്ത പോരാട്ടത്തിന്റെ ഫലമാണ് ഇന്നത്തെ കേരളം. മധ്യവർഗ ജീവിതത്തിന്റെ സുഖശീതളിമയിൽ ജീവിക്കുന്ന മലയാളിയെ സംബന്ധിച്ച് രക്തരൂഷിതമായ ഇത്തരം പോരാട്ടങ്ങൾ ഓർമ്മിക്കുക എന്നതു പോലും അസഹനീയമായിത്തീരാം. വികസന ത്തിന്റെ വർണശബളിമയിൽ പോരാട്ടത്തിന്റെയും ത്യാഗത്തിന്റെയും ഉണങ്ങാത്ത രക്തക്കറ പതിഞ്ഞിരിപ്പുണ്ട്. ആലസ്യത്തിന്റെ സൂക്ഷ്മ പ്ലിയിൽ കഴിയുന്ന ഈ കാലത്ത് അത് മലയാളിയെ വീണ്ടും ഓർമ്മി പ്പിക്കണം എന്ന് ഞങ്ങൾ കരുതുന്നു. അതൊരു ചരിത്ര നിയോഗമാ ണെന്ന് മനസ്സിലാക്കുന്നു. പ്രസാധനം പ്രക്ഷുബ്ധതയുടെ പ്രകാശനം എന്നത് സത്യസന്ധതകൊണ്ട് അടയാളപ്പെടുന്ന മായാത്ത ഒരു വാക്കിന്റെ വാഗ്ദാനമാണ്. അതുകൊണ്ടാണ് കേരളത്തിന്റെ സമരച രിത്രം ഒരു പരമ്പരയായി പുറത്തിറക്കാൻ ഞങ്ങൾ തീരുമാനിച്ചത്. ആദ്യഘട്ടത്തിൽ കയ്യൂർ, മുനയൻകുന്ന്, കാവുമ്പായി, പാടിക്കുന്ന്, മൊറാഴ, ഒഞ്ചിയം, ഇടപ്പള്ളി, പുന്നപ്ര-വയലാർ, ശൂരനാട് തുടങ്ങി ഒമ്പത് പുസ്തകങ്ങൾ അടങ്ങിയ പരമ്പരയാണ് പ്രസിദ്ധീകരിക്കുന്നത്. മറ്റ് പ്രധാന സമരചരിത്രങ്ങൾ അടുത്തഘട്ടത്തിൽ പ്രസിദ്ധീകരിക്കാൻ കഴിയും എന്ന് ഞങ്ങൾ കരുതുന്നു. കഴിഞ്ഞ രണ്ട് വർഷമായി മലയാള ത്തിന്റെ പ്രിയപ്പെട്ട എഴുത്തുകാരൻ വി.എസ്. അനിൽകുമാർ ഇതിനുള്ള നിരന്തര പരിശ്രമങ്ങളിലായിരുന്നു. അനിയേട്ടനോട് അതിരറ്റ സ്നേഹം. സമയബന്ധിതമായി ചരിത്രരചന പൂർത്തീകരിച്ച എഴുത്തുകാരോടും സ്നേഹവും കൃതജ്ഞതയും രേഖപ്പെടുത്തി ഈ പരമ്പര കേരളത്തിന് സമർപ്പിക്കുന്നു.

സുമേഷ് ഇൻസൈറ്റ്

സമരചരിത്രപരമ്പര

വി. എസ്. അനിൽകുമാർ

ചെന്നെയിൽ നിന്ന് തൊണ്ണൂറ കിലോമീറ്റർ അകലെയുള്ള ഗഡിയം എന്ന കുഗ്രാമത്തിലേക്കും ഹരിയാനയിലെ റോത്തക്കിൽ നിന്ന് നാല്പത്ത കിലോമീറ്റർ അകലെയുള്ള ഫർമാനയി ലേക്കും മധുരൈയിൽ നിന്ന് പന്ത്രണ്ട് കിലോമീറ്റർ അകലെയുള്ള കീഴടിയിലേക്കും പല കാലങ്ങളിലായി യാത്ര ചെയ്ത് എത്തിയപ്പോൾ ആദ്യം ഉണ്ടായ വികാരം ഒരേപോലുള്ളതായിരുന്നു. കനത്ത പെരുത്ത കയറിയ ആദരവ്, വിനയം.

ഇന്ന് ഫർമാന, സമ്പന്നമായയതും ഗഡിയവും കീഴടിയും ദരിദ്രമായയതും ആയ കൃഷിയിടങ്ങളാണ്. പക്ഷെ നമ്മുടെ പ്രപിതാമഹന്മാർ ആയിര ക്കണക്കിന് വർഷങ്ങൾക്ക മുമ്പ് ജീവിച്ച ഇടങ്ങളാണവ. കുറേദൂരം ഉരുളൻ കല്ലുകൾ ചവിട്ടി കഷ്ടപ്പെട്ട് ഗഡിയത്തിലെത്തിയാൽ ആദി മാനവർ വാണിരുന്ന ഒരു ഗുഹ കാണാം. വളരെ പഴയ കാലത്തെ ജനവാസത്തിന്റെ തെളിവുകൾ കീഴടി ഖനനത്തിൽ കിട്ടുകയുണ്ടായി. അതിന് ഹാരപ്പൻ സംസ്കൃതിയെക്കാൾ പഴക്കമുണ്ടാകാം എന്നാണ് അനുമാനം. ഫർമാനയാകട്ടെ അവിടെയൊരു ഹാരപ്പൻ പട്ടണം ഒളി പ്പിച്ചുവച്ചു. അത് പതുക്കെ പുറത്തെടുത്ത നോക്കുകയായിരുന്നു, ഞങ്ങൾ എത്തുമ്പോൾ.

സകല സൗകര്യങ്ങളും (fecilities) ഉള്ള ജീവിതത്തിൽ നിന്ന് എത്തി, ഈ ഇടങ്ങളിൽ നില്ലമ്പോൾ, എല്ലാ സംഘട്ടനങ്ങളും സംഘഗാനങ്ങളും വിശപ്പും അസൗകര്യങ്ങൾ സൃഷ്ടിക്കുന്ന കഠിനമായ

യാതനകളും നിലവിളികളും ചരിത്രത്തിലെ ഏട്ടുകളിൽ മറിയുന്നത് അനുഭവപ്പെടും. അവരുടെ ജീവിതവും നമ്മുടെ ജീവിതവും തമ്മിൽ യാതൊരു താരതമ്യവും സാദ്ധ്യമല്ല. അവരുടെ ജീവിതം നിരന്തരമായ പോരാട്ടങ്ങളുടേയും സഹനങ്ങളുടേയും ശേഖരമാണ്.

കേരളീയമായ കമ്മ്യൂണിസ്റ്റ് പോരാട്ടങ്ങളുടെ ത്യാഗ-വീര-സഹന ചരിത്രത്തിലൂടെ കടന്നുപോകുമ്പോൾ അതേ ആദരവ്, അതേ വിനയം കനത്തു വരുന്നു...ഇതിനെക്കുറിച്ചൊക്കെ എന്തെങ്കിലും എഴുതാൻ പോലും എനിക്കെന്ത് അർഹത എന്ന സംശയമുണ്ടാകുന്നു. കാരണം അതിക്രൂരവും അതിശക്തവുമായ ഭരണ-സാമൂഹിക ക്രമത്തോട് കൃത്യമായി പടയുണ്ടാക്കി, കൊണ്ടും കൊടുത്തും, അപ്പോഴല്ലെങ്കിൽ കുറച്ച കഴിഞ്ഞ് ലക്ഷ്യത്തിലെത്തിയ വീരചരിതങ്ങളാണെല്ലാം. ഹിംസ സ്വന്തം ശരീരത്തിൽ അനുഭവിക്കാനുള്ളത മാത്രമല്ല തിരിച്ച കൊടുക്കാ നുള്ളത കൂടിയാണ് എന്ന പ്രത്യയശാസ്ത്രപരമായ തിരിച്ചറിവ് ഉണ്ടാക്കി യെടുത്തു നടത്തിയ സമരങ്ങളാണെല്ലാം.

ലക്ഷ്യശുദ്ധിയോടൊപ്പം മാർഗ്ഗശുദ്ധിയും അനിവാര്യമാണെന്ന് നിർബ്ബന്ധം പിടിക്കുന്നവരുണ്ട്. നല്ല ആശയമാണത്. പക്ഷെ പണി യെടുത്തു തളർന്നു വീഴുമ്പോഴും വിശന്ന് കരയേണ്ടി വരികയും പല വിധമായ അപമാനങ്ങളും വിവേചനങ്ങളും പീഡനങ്ങളും അനുഭ വിക്കേണ്ടിവരികയും ചെയ്ത കർഷകരും തൊഴിലാളികളും പടയെടു ക്കുമ്പോൾ മാത്രമാകരുത് ഈ നല്ല ആശയം പ്രചരിപ്പിക്കേണ്ടത്. തങ്ങളുടെ അത്യാഗ്രഹങ്ങൾക്കനുസരിച്ച് കാര്യങ്ങൾ നടക്കാൻ വേണ്ടി ഏതു നിലവാരത്തിലുള്ള അക്രമവും നടത്താൻ കൈയ്യറപ്പില്ലാത്ത ജന്മി - പുരോഗത-ഭരണവർഗ്ഗത്തോട് ഇതേ ലക്ഷ്യ - മാർഗ്ഗ വിശുദ്ധി ആരെങ്കിലും ഉപദേശിച്ചതായി കേട്ടിട്ടില്ല.

1939 ഡിസംബർ 31 നാണ് ഇന്നത്തെ ധർമ്മടം നിയോജകമണ്ഡ ലത്തിൽപ്പെട്ട പാറപ്രം എന്ന സ്ഥലത്ത് കേരളത്തിലെ കമ്മ്യൂണിസ്റ്റ് പാർട്ടി രൂപീകരണം നടക്കുന്നത്. ഇന്ത്യൻ നാഷണൽ കോൺഗ്രസി ന്റെ നേതൃത്വത്തിൽ ദേശീയ സ്വാതന്ത്ര്യ സമരം വളരെയധികം ശക്തി നേടിയ സമയത്തു പോലും മറ്റൊരു പ്രത്യയശാസ്ത്രത്തിന് കേരളത്തിൽ വ്യാപനം കിട്ടി എന്നത് ശ്രദ്ധേയമായ കാര്യമാണ്. മാത്രമല്ല ഇന്ത്യയിൽ കേവലം പതിനേഴ് വർഷം (1925 ൽ ഇന്ത്യയിൽ കമ്മ്യൂണിസ്റ്റ് പാർട്ടി രൂപീകൃതമായി) പ്രായമുള്ള ഒരു സംഘടനയ്ക്ക് 57 വർഷം പ്രായമായ ഇന്ത്യൻ നാഷണൽ കോൺഗ്രസിന്റെ 'ക്വിറ്റ് ഇന്ത്യ' സമരത്തെ സാമ്രാ ജ്യത്വാനുകൂല - വിരുദ്ധ സംവാദതലത്തിലേക്ക് കൊണ്ടുവരുവാനും

കഴിഞ്ഞു എന്നതും ഓർക്കണം. ശരിയായാലും തെറ്റായാലും ആ വിഷയം സമയാസമയങ്ങളിൽ സംവാദതലത്തിൽ ഇപ്പോഴും തുടരുന്നുണ്ട്.

നിർഭയരും നിസ്വാർത്ഥരുമായ നേതാക്കളും പ്രവർത്തകരും വർഗ്ഗ പക്ഷപാതിത്തമുള്ള പ്രത്യയശാസ്ത്രവും കേരളത്തിലെ കർഷക - തൊഴി ലാളിവർഗ്ഗം സ്വീകരിച്ച എന്നതാണ് പിന്നീട് സംഭവിച്ചത്. പിറവിക്ക ശേഷം ഒരു വ്യാഴവട്ടത്തിനുള്ളിൽത്തന്നെ മഹത്വമുള്ളതും ഗംഭീരവുമായ സായുധപ്പോരാട്ടങ്ങൾ തന്നെ നടത്താൻ കേരളത്തിലെ കമ്മ്യൂണിസ്റ്റ് പാർട്ടിക്ക് കഴിഞ്ഞു. പഴയതും പ്രസക്തമായയതുമായ ഭാഷയിൽ പറഞ്ഞാൽ ജന്മിമാരുടേയും ദുർഭരണാധികാരികളുടേയും കോട്ട കൊത്തളങ്ങളെ പിടിച്ചലയ്ക്കാൻ ഈ പോരാട്ടങ്ങൾ കൊണ്ട് സാധിച്ചു.

പിറവിയെടുത്ത് അടുത്ത വർഷം, 1940 ൽ മൊറാഴ സമരം നടക്ക ന്നുണ്ട്. ഒരു വർഷത്തിനുള്ളിൽ ഇത്രയും വലിയ ധീരതയ്ക്കും സഹനത്തി നും നിസ്വവർഗ്ഗം തയ്യാറായി എന്നത് അവരനുഭവിച്ച വന്ന ക്രൂരമായ ജീവിതത്തെക്കൂടി വ്യക്തമാക്കുന്നുണ്ട്. 1941 ലാണ് കയ്യൂർ പോരാട്ടം നടക്കുന്നത്. 1946 ൽ പുന്നപ്ര - വയലാറും കരിവെള്ളൂരും കാവുമ്പായിയും പോരാട്ടങ്ങൾ കൊണ്ട് ചുവക്കുന്നു. 1948-ൽ ഒഞ്ചിയത്തേയും മുനയൻ കുന്നിലേയും അദ്ധ്യാനിക്കുന്ന വർഗ്ഗം ധീരമായി പൊരുതുന്നു. 1949 ൽ ശൂരനാട്. 1950-ൽ ഇടപ്പള്ളിയും പാടിക്കുന്നും. ദേശീയ സ്വാതന്ത്ര്യം കിട്ടിയിട്ടം അടിസ്ഥാന വർഗ്ഗത്തിന്റെ പോരാട്ടങ്ങൾ അവസാനിച്ചില്ല. കമ്മ്യൂണിസ്റ്റ് പാർട്ടിയുടെ നേതൃത്വത്തിൽ നടന്ന കർഷകരുടേയും തൊഴിലാളികളുടേയും സമരങ്ങൾ ഈ പട്ടിക കൊണ്ട് അവസാനി ക്കുന്നുമില്ല. ചിലത് എടുത്തു പറഞ്ഞു എന്നേയുള്ളൂ.

പിൽക്കാല കേരളം രൂപം കൊണ്ടത് പ്രധാനമായും ഈ സമരങ്ങ ളുടെ അനന്തരഫലമായിട്ടാണ്. ചോരയും ജീവനും കൊടുത്ത് അന്നത്തെ കമ്മ്യൂണിസ്റ്റ് പ്രസ്ഥാനം പോരാടിയതു കൊണ്ടാണ് സാമൂഹിക ജീവിത മുന്നേറ്റത്തിനുതകുന്ന മുൻഗണനാക്രമം, ഭൂപരിഷ്ക്കരണത്തിനും വിദ്യാ ഭ്യാസത്തിനും ആരോഗ്യത്തിനുമൊക്കെ ലഭിച്ചത്. വികസനത്തിൽ രാഷ്ട്രീയമില്ല എന്ന് തീർത്തു പറയുന്ന അരാഷ്ട്രീയത, നമ്മുടെ രാഷ്ട്രീയ പ്പാർട്ടികൾക്കും സ്വീകാര്യമായ ഈ കാലത്ത്, വളർച്ചയ്ക്കും പുരോഗമന ത്തിനും കൃത്യമായ സോഷ്യലിസ്റ്റ് ഭാഷ്യമുണ്ട് എന്ന് ഉറപ്പിച്ച പറയാൻ കരുത്തു നൽകിയത്, ഈ പറഞ്ഞയും അല്ലാത്തയതുമായ പോരാട്ടങ്ങ ളാണ്. ഇന്ത്യയിലെ മറ്റൊരു സംസ്ഥാനത്തും ഇങ്ങനെ സംഭവിച്ചില്ല എന്നതും ഇതിനൊപ്പം പറയണം.

ഇൻസൈറ്റ് പബ്ലിക്ക 'സമരചരിത്രപരമ്പര' എന്ന പൊതുപേരിൽ ഇങ്ങനെ ഒരു കൂട്ടം പുസ്തകങ്ങൾ പ്രസിദ്ധീകരിക്കുമ്പോൾ അതിൽ എന്റെ പങ്ക് വളരെ വളരെ ചെറുതാണ് എന്നു പറയട്ടെ. 'നവോത്ഥാന പരമ്പര' എന്ന പേരിൽ ഇൻസൈറ്റ് പ്രസിദ്ധീകരിച്ച പുസ്തകങ്ങൾ മികച്ച വായനാനുഭവമായിരുന്നു. അതു ചൂണ്ടിക്കാട്ടി സുമേഷിനോട് ഇങ്ങനെയൊരു സാദ്ധ്യതയുണ്ട്. എന്നു പറഞ്ഞു. പിന്നെ ഓരോ പുസ്തകത്തിന്നും ഗ്രന്ഥകാരനെ കണ്ടെത്തി. അവരെ ഫോണിലൂടെയും വാട്ട്സാപ്പിലൂടെയും കഴിഞ്ഞ രണ്ടു വർഷമായി നിരന്തരം ഓർമ്മപ്പെടു ത്തി. ഇത്ര മാത്രമാണ് എന്റെ പണി.

ചരിത്ര രചന ഒട്ടും എളുപ്പമുള്ള കാര്യമല്ല. കമ്മ്യൂണിസ്റ്റ് ചരിത്രമാ കുമ്പോൾ പ്രത്യേകിച്ചും. അപാകതകൾ ഉണ്ടാക്കി, പിന്നെയത് കണ്ടു പിടിക്കുന്ന തീവ്ര വലതുപക്ഷം കക്ഷിരാഷ്ട്രീയത്തിൽ വിജയിച്ച നിൽക്കു കയും ഭരണവർഗ്ഗമാകുകയും ചെയ്ത ഈ സന്ദർഭത്തിൽ വളരെയധികം സൂക്ഷ്മത ആവശ്യമുള്ള ഒരു കർമ്മമാണിത്. ഡോ. സി. ബാലൻ (കയ്യൂർ), ഡോ. ജിനേഷ് കുമാർ എരമം (മുനയൻകുന്ന്) എ. പത്മനാഭൻ (കാവുമ്പായി), കെ. ബാലകൃഷ്ണൻ (പാടിക്കുന്ന്), ദാമോദരൻ (മൊറാഴ), വി. കെ. സുരേഷ് (ഒഞ്ചിയം), എൻ. എം. പിയേഴ്സൺ (ഇടപ്പള്ളി), സി. എസ്. സുരേഷ് (പുന്നപ്ര - വയലാർ), എൻ. കെ. ഭുപേഷ് (ശൂരനാട്) എന്നിവരാണ് ഈ സംരംഭത്തിൽ വളരെ സന്തോഷത്തോടും ആത്മാർ ത്ഥതയോടും പങ്കെടുത്തത്. അവരോട് നന്ദി പറഞ്ഞു തീർക്കാനാവില്ല.

ഇൻസൈറ്റ് പബ്ലിക്കയാണ് ഇത് ഏറ്റെടുത്തത് എന്നതുകൊണ്ട് അവർക്കും പ്രത്യേകിച്ച് കൃതജ്ഞത അടയാളപ്പെടുത്തുന്നില്ല.

ഉള്ളടക്കം

കുന്നുകളിലെ കുരുതിപ്പൂവുകൾ

കുന്നകളും വയലുകളും ഭൂമിയുടെ ജലസംഭരണികൾ മാത്രമല്ല ചരിത്രത്തിന്റെ വിളനിലങ്ങൾ കൂടിയാണ്. ഒരുകാലത്ത് സംസ്കാരത്തിന്റെ ഉറവിടങ്ങളും ഇവിടമായിരുന്നു. വടക്കെ മലബാറിന്റെ ആധുനികചരിത്രം കുന്നുകളുമായോ വയലുകളുമായോ ബന്ധപ്പെട്ടതന്നെയാണ് വികസിച്ചു വന്നിട്ടുള്ളത്. മണ്ണിനെയും കൃഷിയെയും കേന്ദ്രീകരിച്ചുള്ള സാമൂഹ്യവ്യവസ്ഥയിൽ അതങ്ങനെയാവാനേ തരമുള്ളൂ. പാടത്തും മലയിലും വിരിഞ്ഞ കുരുതിപ്പൂവുകളാണ് ഈ നാടിനെയാകെ ചുവപ്പിച്ചത്.

സമത്വത്തിന്റെ സമതലങ്ങൾ തീർക്കാനാഗ്രഹിച്ചവർ കുന്നുകളിലാണ് മിക്കപ്പോഴും കേന്ദ്രീകരിച്ചത്. ഈ നാടിന്റെ ഭൂമിശാസ്ത്രം അവർക്ക് എന്നും തുണയായി. പൊലീസിനും ഗുണ്ടകൾക്കും കുന്നുകൾ താണ്ടി ക്കയറി വിപ്ലവാഗ്നിയെ തച്ചുകെടുക്കുക അത്ര എളുപ്പമായിരുന്നില്ല. എന്നിട്ടും പലേടത്തും കുന്നുകൾ വളയപ്പെട്ടു. അതും പാതിരാത്രിയിൽ. മനുഷ്യരായതുകൊണ്ടുതന്നെ ക്ഷീണത്താൽ മയങ്ങിപ്പോയ അവർക്കു മേലാണ് ഓർക്കാപ്പുറത്ത് തീയുണ്ടകൾ പെയ്തിറങ്ങിയത്.

കുന്നുകളിൽ ചോരയുരുവിയുറന്ന കർഷകപ്പോരാട്ടങ്ങളുടെ ആദ്യ ചിത്രം സമ്മാനിച്ചത് കുത്താളിയാണ്. കുറുമ്പ്രനാട്ടിലെ കുത്താളിയിൽ മുപ്പതിനായിരം ഏക്കർ കുന്നുണ്ടായിരുന്നു; വല്ലഭൻചാത്തൻ അച്ഛൻ മഠത്തിൽ മൂപ്പിൽനായർ എന്ന നാട്ടുവാഴിയുടെ കൈയിൽ. മൂപ്പിൽനായർ മരിച്ചപ്പോൾ മദിരാശി സർക്കാർഭൂമി ഏറ്റെടുത്തു. മലബാർ കലക്ടറും സ്പെഷൽ തഹസിൽദാരുമൊക്കെയായി പിന്നെ ഭരണം. പുനംകൃഷി

നടത്തി ജീവിച്ചിരുന്ന ആറുകണക്കിന് പാവങ്ങളുടെ കഞ്ഞിയിലാണ് അവർ മണ്ണിട്ടത്. കുറുമ്പ്രനാട് താലൂക്ക് കർഷകസംഘം ആ കണ്ണീര് കണ്ടു. 1943ൽ പ്രക്ഷോഭം തുടങ്ങി. 'ചത്താലും ചെത്തും ക്രത്താളി' എന്ന് പോരാളികൾ ഗർജ്ജിച്ചു. മല ചെത്തി കൃഷിയിറക്കാൻ അവർ സധീരം മുന്നോട്ടവന്ന. 1946ലും 1947 ഫെബ്രുവരി 22നും സമരം പുതിയ മാനങ്ങ ളാർജ്ജിച്ചു. പുനംകൊള്ളും അറസ്റ്റും ഏറ്റുമുട്ടലുമായി മാസങ്ങൾ തുടർന്ന മലമുകളിലെ പോരാട്ടം ഒടുവിൽ കൽപത്തുരിലെ ചോയിയുടെ രക്ത സാക്ഷിത്വത്തിലേക്ക് നീണ്ടു. വർഷങ്ങൾക്കശേഷം ക്രത്താളിക്കുന്നിൽ കർഷകരും കമ്മ്യൂണിസ്റ്റ് പാർട്ടിയും വിജയപതാക പാറിച്ചതോടെ ക്രത്താളി സമരം ചരിത്രത്തിന്റെ ച്ചണ്ടുപലകയായി.

1946 ഡിസംബർ 20ന് കുണിയൻ വയലിൽവച്ചാണ് കരിവെള്ളർ ചോര കൊണ്ട് ചരിത്രമെഴുതിയതെങ്കിൽ പത്താംനാൾ, ഡിസംബർ 30ന് കാവുമ്പായിയിൽ കുന്നിൻ മുകളിലാണ് ചരിത്രത്തിന്റെ ചോരക്ക ഞ്ഞ് നിലവിളിയോടെ പിറന്നുവീണത്. കല്യാട്ടെശമാനനും കരക്കാട്ടിടം നായനാരും ഭ്രമിയും മനുഷ്യജീവനും കൈയിലെടുത്ത് അമ്മാനമാടിയ പ്പോൾ, ചെറുത്തുനിന്നവരുടെ ജഡം പഴശ്ശായി കുണ്ടത്തിലും ഓടത്തു പാലത്തിലും അനാഥമായി കാക്കകൊത്തി വലിച്ചപ്പോൾ, ഇരിക്കൂർ ഫർക്കയുടെ പ്രാണൻ പിടഞ്ഞെഴുന്നേറ്റു. തരിശുനിലങ്ങൾ കൃഷിചെ യ്യാനുള്ള കർഷകനീക്കങ്ങൾക്കുനേരെയും ജന്മിമാരുടെയും പൊലീസി ന്റെയും തോക്കുകൾ നീണ്ടപ്പോൾ നാടൻതോക്കുകളും വാരിക്കുന്തങ്ങളും കവണയും കല്ലുമായി പോരാളികൾ കാവുമ്പായിക്കുന്നിൽ ഒത്തുചേർന്നു. ബ്ലാത്തൂർ, ഊരത്തൂർ, കല്ല്യാട്, കുയിലൂർ ഗ്രാമങ്ങളിൽനിന്ന് വന്നവർ. കുന്നിനുചുറ്റും വയൽ. രാത്രിയുടെ മറവിൽ പതുങ്ങിയെത്തി കുന്ന് വളഞ്ഞ പൊലീസ്. മെഷീൻഗണ്ണുകളോട് ഏറ്റുമുട്ടിയ ഉരുക്കുമനസ്സും പേശികളും. പിടഞ്ഞുവീണുമരിച്ച തെങ്ങിൽ അപ്പ നമ്പ്യാർ, പി. കുമാരൻ, ആലിറ മ്പൻകണ്ടി കൃഷ്ണൻ, പുളുക്കൽ കുഞ്ഞിരാമൻ, മഞ്ഞേരി ഗോവിന്ദൻ... കുന്നിലെ രക്തസാക്ഷിപ്പൂവുകൾ.

പുരളിമലയാണ് പഴശ്ശി-തില്ലങ്കേരി രക്തസാക്ഷികളുടെ വീരഭ്രമി. 1948ലെ വിഷ്ക്കാലത്ത് തില്ലങ്കേരിയിൽ സി. അനന്തൻ, കണ്ടാഞ്ചേരി ഗോവിന്ദൻ, കാറാട്ട് കുഞ്ഞമ്പു, പോരുകണ്ടി കൃഷ്ണൻ, നമ്പിടി കുന്നമ്മൽ നാരായണൻ നമ്പ്യാർ എന്നിവർ രക്തസാക്ഷികളായി തുടർച്ചയായി മെയ്മാസം പഴശ്ശിയിൽ കാരാത്താൻ കോരനും കെ. കെ. ബാലകൃഷ്ണൻ നമ്പ്യാരും വി. അനന്തനും പുരളി മലയുടെ രക്തസന്താനങ്ങളായി.

1950 മെയ് മൂന്നിന് പാതിരാത്രിയിലാണ് കെ. കെ. രൈരുനമ്പ്യാ രും മഞ്ഞേരി ഗോപാലനും കുട്ട്യപ്പയും പാടിക്കുന്നിൽ വെടിയേറ്റ്

അസ്തമിച്ചത്. സേലം ജയിൽ വെടിവെപ്പിനെതിരെ പ്രതിഷേധിക്കാൻ ജനങ്ങളെ സംഘടിപ്പിച്ചതിനുള്ള ശിക്ഷ.

കുന്നുകളുടെ രുധിരാനുഭവങ്ങളിൽ പ്രധാനപ്പെട്ട മറ്റൊന്നാണ് മുനയൻകുന്ന് സംഭവം. മുനയൻകുന്നിൽ സഖാക്കൾ അനശ്വരരായി ത്തീർന്നത് കുന്നിൻപുറത്തുവച്ചായിരുന്നില്ലെങ്കിലും കുന്നുകൾ തന്നെ യായിരുന്നു എല്ലാറ്റിനും സാക്ഷി. നാലുപാട്ടും കുന്നുകളാണ്. അവയ്ക്ക് നടുവിലെ സമതലത്തിലാണ് 42 സഖാക്കൾ താവളമുറപ്പിച്ചത്. 1948ലെ മെയ്ദിനപ്പുലരിയിലാണ് പൊലീസ് അവരുടെ രക്തംകൊണ്ട് അധി കാരിവർഗ്ഗത്തിന്റെ വികൃതചിത്രം വരച്ചത്.

കുന്നുകളും വയലുകളും ഇല്ലാതായിക്കൊണ്ടിരിക്കുന്ന പുതിയകാല ത്ത് അവയിൽ വിരിഞ്ഞ ചുവന്നചരിത്രവും പുതുതലമുറക്ക് അന്യമായി ത്തീരുമോ എന്ന് വിപ്ലവകാരികൾക്ക് ആശങ്കയുണ്ടാവുക സ്വാഭാവികം. കുന്നിന്റെ വില അതിലെ മണ്ണിന്റെ വിലയാണെന്നും ലോഡ്ഡുകണക്കിൽ അത് വിൽക്കാമെന്നും തീരുമാനിക്കുന്ന പുതിയ ലോകവീക്ഷണം അന്തി മലക്ഷ്യം പണവും ലാഭവുമാണെന്ന് നിശ്ചയിച്ച സാമ്രാജ്യത്വത്തിന്റെയും മുതലാളിത്തത്തിന്റെയും തന്നെയാണ്. കണ്ണടച്ച് ഇറുക്കംമുമ്പ് കാണാ താവുന്ന കുന്നുകൾ ചെന്നുവീഴുന്നത് വയലുകളിലേക്കാണ്. പഴയ പടനി ലങ്ങൾ ഇങ്ങനെ ഒടുങ്ങിക്കൂടാ. വെള്ളവും വായുവും വരുംതലമുറകൾക്കും ലഭിക്കണമെങ്കിൽ കുന്നുകളും വയലുകളുമുണ്ടാകണമെന്നത് ലളിതമായ പ്രകൃതിസത്യം മാത്രമാണ്.

സമത്വത്തിന്റെ സമതലങ്ങളുണ്ടാക്കാനാണ് കാവുമ്പായിക്കുന്നിലും മുനയൻകുന്നിലുമൊക്കെ ധീരർ പോരാടിയത്; ഭൂമിയാകെ ഇടിച്ചുനിര ത്തി കുന്നും താഴ്വരയുമില്ലാത്ത ഒരു പരന്ന മരുഭൂമിയാക്കാനായിരു ന്നില്ല. ഇടിച്ചുനിരത്തേണ്ടത് സ്വകാര്യ സമ്പത്തിന്റെ മഹാപർവ്വതങ്ങ ളെയാണ് എന്നാണവർ പഠിപ്പിച്ചത്.

കമ്പ്യൂട്ടറുകളായി, ഐ. ടി. യായി, ഡോളർ വിളയുന്ന സിലിക്കൺ വാലികളിലേക്ക് പറന്നിറങ്ങാൻ തയ്യാറായി നിൽക്കുന്ന പുതുതല മുറകൾ കുന്നുകളിലെയും പാടങ്ങളിലെയും പോരാട്ടങ്ങളെക്കുറിച്ച് അറിയാനിടയില്ല. ലോകം അതിവേഗം ഭക്ഷ്യക്ഷാമത്തിലേക്ക് പാഞ്ഞ ടുക്കുകയാണെന്ന വാർത്തയും ഒരുപക്ഷേ അവർ ശ്രദ്ധിച്ചുകാണില്ല. പക്ഷെ, ഇത് യാഥാർത്ഥ്യമാണ്. ഇതായിരിക്കും വരും തലമുറകൾക്ക് നേരിടേണ്ടിവരുന്ന ഏറ്റവും വലിയ യാഥാർത്ഥ്യം. കമ്പ്യൂട്ടർ ചിപ്പുകളും മൊബൈൽ ഫോണും തിന്ന് ജീവിക്കാനുള്ള ഒരു സാങ്കേതികവിദ്യയും ഇതുവരെ കണ്ടുപിടിച്ചിട്ടില്ലാത്ത സ്ഥിതിക്ക് മനുഷ്യന് മണ്ണിലേക്കുതന്നെ തിരിച്ചുവരേണ്ടിവരും. വയലിന്റെയും കുന്നിന്റെയും പ്രാധാന്യം അന്നവർ

തിരിച്ചറിയും. കോവിഡ് മഹാമാരി ഇക്കാര്യം ഒരു വൻപ്രഹരത്തോടെ നമ്മെ വീണ്ടും ഓർമ്മിപ്പിക്കുന്നു. നിരവധി പേർ ഇക്കാലത്ത് കൃഷിയിലേ ക്ക് തിരിയുന്ന കാഴ്ച നാം കണ്ടു. കരിവെള്ളളരും കയ്യൂരും കാവുമ്പായിയും മുനയൻകുന്നം ഒരനിവാര്യതയായതെങ്ങനെയെന്ന് തീർച്ചയായും പുതു തലമുറക്ക് ബോധ്യമാവും.

അതുകൊണ്ട് നമുക്ക് നെൽവിത്തുപോലെ കാത്തുവെക്കേണ്ടതുണ്ട് നമ്മുടെ ചരിത്രത്തെ. വരും തലമുറകൾക്ക് അവ ആവശ്യമായിവരും. പോരാട്ടത്തിന്റെ മുനയൻകുന്നകളെ ചരിത്രവിരുദ്ധരായ ശത്രുവർഗ ത്തിന്റെ ജെ. സി. ബികൾ ഇടിച്ചനിരത്താതിരിക്കാൻ ജാഗ്രതയോടെ കാവലിരിക്കാം.

കൽക്കത്തയിലെ തീനാളം

ഏഴിമലയിൽ വണ്ടിയിറങ്ങുംമുമ്പ് കൊടക്കൽ കുഞ്ഞിക്കണ്ണൻ മാസ്റ്റർ ഒരിക്കൽക്കൂടി തീവണ്ടിയിലെ കണ്ണാടിയിൽനോക്കി. ഇല്ല. ഒരാൾക്കും തിരിച്ചറിയാനാവില്ല. വേഷവും രൂപവും കണ്ടാൽ ഈ നാട്ടുകാരനാണെന്നതന്നെ ആർക്കും തോന്നില്ല. വണ്ടിയിൽവച്ചതന്നെ അറസ്റ്റിലാവുമെന്ന് ഭയന്നതാണ്. ഭാഗ്യം! അതുണ്ടായില്ല.

സ്റ്റേഷനിൽ ആൾക്കാർ അധികമില്ല. ധൃതിയിൽ പുറത്തുകടന്നു. കോറോത്തേക്ക് ഇനിയുമുണ്ട് നാഴിക ഏറെ. നടന്നുനടന്ന് നട്ടിക്കടവി ലെത്തി. സമയം സന്ധ്യ. തോണിയൊന്നം കാണാനില്ല. ആരെങ്കിലും കണ്ടാലും പ്രശ്നമാണ്. മുണ്ടം ഷർട്ടും ഇടതുകയ്യിൽ ഉയർത്തിപ്പിടിച്ച് ഒറ്റ കൈകൈകൊണ്ട് ഓളങ്ങൾ കീറിമുറിച്ച് മാഷ് മുന്നേറി. ഉള്ളിലെ തീനാളങ്ങൾ ആളിക്കൊണ്ടിരുന്നു.

കോറോത്തെത്തിയ ഉടൻ ആദ്യം പോയത് എ. വി. ചിണ്ടനെ കാണാനാണ്. മണിക്കൂറുകൾക്കകം പ്രധാന സഖാക്കളെല്ലാം വിവരമറി ഞ്ഞെത്തി. ഇത്രയും നാൾ കനലിൽ നിൽക്കുകയായിരുന്ന അവർ. എന്തെ ങ്കിലുമൊക്കെ ചെയ്യണം. മാഷ് വരട്ടെ. തീരുമാനമറിയട്ടെ- അവർ അക്ഷമരായി കാത്തു നിൽക്കുകയാ യിരുന്നു.

കൊടക്കൽ കുഞ്ഞിക്കണ്ണൻ മാസ്റ്റർ.

കമ്യൂണിസ്റ്റ് പാർട്ടിയുടെ രണ്ടാം കോൺഗ്രസിൽ പങ്കെടുക്കാൻ കൽക്കത്തയിൽ പോയതായിരുന്നു കുഞ്ഞിക്കണ്ണൻ മാഷ്. പയ്യന്നൂർ ഫർക്കയുടെ പ്രതിനിധിയായി മാഷെ തെരഞ്ഞെടുക്കാൻ പാർട്ടിക്ക് അധികമൊന്നും ആലോചിക്കേണ്ടിവന്നില്ല. പയ്യന്നൂർ ഹൈസ്ക്കൂളിൽ പഠിക്കുന്ന കാലത്തുതന്നെ രാഷ്ട്രീയപ്രവർത്തകൻ. മംഗലാപുരം ഗവൺ മെന്റ് കോളേജിൽ ഉന്നതവിദ്യാഭ്യാസം. മദ്രാസ് ഗവർണർ കോളേജ് സന്ദർശിച്ചപ്പോൾ ഗാന്ധിത്തൊപ്പി ധരിച്ച് വിദ്യാർത്ഥികളെ അണിനിര ത്തി പ്രതിഷേധിച്ചവൻ. കോറോത്തെ ആദ്യ കോൺഗ്രസ് അംഗം. എ. വി. കുഞ്ഞമ്പു രൂപം നൽകിയ അഭിനവഭാരത് യുവക് സംഘത്തിന്റെ പ്രവർത്തകൻ. ദേവീസഹായം സ്ക്കൂളിൽ അധ്യാപകൻ. ഇംഗ്ലീഷിലും ഹിന്ദിയിലും പാണ്ഡിത്യം. കൂടാതെ കമ്യൂണിസ്റ്റ് പാർട്ടിയുടെ മലബാർ ജില്ലാകമ്മിറ്റി അംഗവും.

1948 ഫെബ്രുവരി 28നാണ് കൽക്കത്ത കോൺഗ്രസ് ആരംഭിക്ക ന്നത്. ഒരാഴ്ച മുമ്പുതന്നെ മാസ്റ്റർ പുറപ്പെട്ടു. അഞ്ചുവർഷത്തിനശേഷം നടക്കുന്ന സമ്മേളനമാണ്. പലതുകൊണ്ടും ചരിത്രപ്രാധാന്യമുണ്ട്. പാർ ട്ടിയുടെ നിരോധനം നീക്കിയപ്പോൾ 1943 മെയ് 23 മുതൽ ജൂൺ ഒന്ന് വരെ ബോംബെയിൽ ഒന്നാംകോൺഗ്രസ് നടന്നതാണ്. അന്ന് 16000 അംഗങ്ങളെ പ്രതിനിധീകരിച്ച് പങ്കെടുത്തത് 139 പേർ. തുടർന്നുള്ള അഞ്ചു വർഷങ്ങൾ...പുന്നപ്ര-വയലാർ, തെലങ്കാന, ആന്ധ്രയിലെ തേഭാഗ, ത്രി പുരയിലെ ഗിരിവർഗ സമരം, ആസാമിലെ സുമാർവാലി...1946 ആഗസ്റ്റ് 5ന്റെ വിഖ്യാതമായ ആഗസ്റ്റ് പ്രമേയം ഇവയ്ക്കെല്ലാം ഇന്ധനമായി. ആത്യന്തികസമരത്തിലേക്ക് മുന്നേറാനുള്ള ആഹ്വാനം ജനങ്ങൾ ഹൃദയത്തിൽ ഏറ്റുവാങ്ങുകയായിരുന്നു. തരിശുനിലങ്ങൾ കൈയേറി കൃഷിചെയ്യാനും, നാട്ടുരാജ്യങ്ങൾ ഇന്ത്യൻ യൂനിയനിൽ ലയിപ്പിക്കാൻ മുള്ള ജനകീയ പ്രക്ഷോഭങ്ങൾ സംഘടിപ്പിക്കാൻ ഇന്ത്യ സടകുടഞ്ഞ് ഉണരുകയായിരുന്നു.

കൽക്കത്ത കോൺഗ്രസ് അനുഭവങ്ങൾ മാസ്റ്റർ വിശദീകരിക്കുക യാണ്. മുഹമ്മദലി പാർക്കിലെ ചെങ്കടൽ. ഇടിമുഴക്കം പോല്യർന്ന മുദ്രാവാക്യങ്ങൾ. അരലക്ഷമായി വളർന്ന അംഗങ്ങളെ പ്രതിനിധീകരി ച്ചെത്തിയ 632 പ്രതിനിധികളുടെ വിപ്ലവാഗ്നിയാളുന്ന മുഖം. ബി. ടി. രണദി വെയുടെ രണ്ടര മണിക്കൂർ നീണ്ട പ്രസംഗം. ആശയങ്ങൾ ഏറ്റുമുട്ടിയ ചർച്ചകൾ. വിപ്ലവം അടുത്തെത്തിയെന്ന ബോധ്യം. തെലങ്കാനയിൽ ഗ്രാമങ്ങൾ കീഴടക്കി മുന്നേറുന്ന കർഷകരാണ് ചുണ്ടുപലക. തെലങ്കാ നയുടെ വഴിയാണ് നമ്മുടെ വഴി. പുതിയ ജനറൽ സെക്രട്ടറി ബി. ടി. ആർ. രാജ്യത്തെ വിപ്ലവത്തിലേക്ക് നയിക്കും. സായുധസമരത്തിലൂടെ

മുന്നേറിക്കൊള്ളാനാണ് തീരുമാനം. പക്ഷേ, സമ്മേളനം തീരുംമുമ്പ് സർക്കാ രിന് മദമിളകി. പ്രതിനിധികളെ അറസ്റ്റ് ചെയ്യാൻ ഉത്തരവിട്ടു. വേഷം മാറിയും സ്ഥലംമാറിയുമാണ് പലരും നാട്ടി ലെത്തിയത്. കുഞ്ഞിക്കണ്ണൻ മാസ്റ്റർ വണ്ടിയിൽവച്ച തന്നെ വേഷം മാറി. പയ്യന്നൂരിൽ ഇറങ്ങേണ്ടതിനു പകരം ഏഴിമലയിൽ ഇറങ്ങി. , ഇനിയും എന്തും സംഭവിക്കാം.

ഏ. വി. ചിണ്ടന്റെ രക്തം തിളച്ചു. ടി. പി. സി. നമ്പ്യാരും ചിണ്ടപ്പൊയ്തവാളം മുഷ്ടിച്ചുരുട്ടി. കെ. സി. കുഞ്ഞാപ്പമാസ്റ്ററുടെ മനസ്സിൽ ഭാവിയുടെ പദ്ധതികൾ കൊള്ളിയാൻപോലെ മിന്നി. ഇനി ക്ഷമിക്കേണ്ടതില്ല. സഹനത്തിന്റെ കൊടുമുടികളെല്ലാം കയറിക്കഴിഞ്ഞു.

കഴിഞ്ഞ ഏതാനും ദശകങ്ങൾ നാടിന് വരുത്തിയ മാറ്റത്തിന്റെ ചിത്രങ്ങൾ അവരുടെ മനസ്സിലൂടെ ഞൊടിയിടയിൽ കടന്നുപോയി. 1928 മെയ് 25,26,27 തീയതികളിൽ പയ്യന്നൂരിൽ നടന്ന കോൺഗ്ര സ്സിന്റെ നാലാംകേരളസംസ്ഥാനരാഷ്ട്രീയ സമ്മേളനം. അതിൽ ഐ. ഐ. സി. സി. സെക്രട്ടറി ജവഹർലാൽ നെഹ്റു നടത്തിയ അധ്യക്ഷ പ്രസംഗം. ആദ്യമായി പൂർണ്ണസ്വാതന്ത്ര്യപ്രമേയം പാസാക്കി പുതിയ നാഴികക്കല്ല് നാട്ടിയ സമ്മേളനം.

1930 ഏപ്രിൽ 13ന് കോഴിക്കോട്ടനിന്ന് പുറപ്പെട്ട് 22ന് പയ്യന്നൂ രിലെത്തിയ ഉപ്പസത്യാഗ്രഹജാഥ. ഒളവറപ്പുഴയിലെ ഉളിയത്തുകട വിൽ നടന്ന ഉപ്പുകുറുക്കൽ, എസ്. എം. ബ്രെൽവി പത്രാധിപരായ ബോംബെ ക്രോണിക്കിൾ പത്രം പയ്യന്നൂരിന് 'രണ്ടാം ബർദോളി' എന്ന വിശേഷണം നൽകിയത്, 1934ൽ ഗാന്ധിജി നടത്തിയ പയ്യ ന്നൂർ സന്ദർശനം, വിപ്ലവാഗ്നിയെ ആളിക്കത്താനനുവദിക്കാത്ത ഗാന്ധിയൻ സമരരീതികളിൽ പ്രതിഷേധിച്ച് 1934 ഏപ്രിൽ 13ന് കരിവെള്ളൂരിൽ ഏ. വി. യുടെ നേതൃത്വത്തിൽ അഭിനവഭാരതയുവക് സംഘം രൂപീകരിച്ചത്, 1935 ജൂലൈ 13ന് കൊളച്ചേരി നണിയൂരിലെ വിഷ്ണുഭാരതീയന്റെ വീട്ടിൽവച്ച് 28 കർഷകർ ചേർന്ന് ചിറക്കൽ താലൂക്ക് കർഷകസംഘം രൂപീകരിച്ചശേഷമുണ്ടായ കാർഷികപ്രക്ഷോഭങ്ങൾ, 1937-ൽ കോൺഗ്രസ് മന്ത്രിസഭ മദിരാശിയിൽ അധികാരത്തിൽ

വന്നിട്ടും ഇടർന്ന കർഷകവിരുദ്ധനയങ്ങൾക്കെതിരായ പ്രതിഷേധം... അതെ, സമരങ്ങളാൽ നാടാകെ ഉഴുതുമറിക്കപ്പെടുകയായിരുന്നു.

ജന്മിത്വനുകത്തിൻ കീഴിൽ ഞെരിഞ്ഞമരുന്ന പാവങ്ങൾക്കുമേൽ അക്രമപ്പിരിവുകളുടെ ചാട്ടവാർ പതിയുന്നത് നോക്കിയിരിക്കാൻ കർഷകസംഘമായി പ്രവർത്തിച്ചിരുന്ന കമ്യൂണിസ്റ്റുകാർക്ക് കഴിഞ്ഞില്ല. വാരവും പാട്ടവുംതന്നെ കർഷകരെ കൊല്ലാക്കൊല ചെയ്യാൻ ധാരാളം. അതിനുപുറമെ പത്തുപറ നെല്ല് അളന്നാൽ മൂന്നുപറ പ്രത്യേകം അളക്കണം. പേര് 'വാശി'. രണ്ടു കൈയും ചേർത്ത് കർഷകന്റെ നെല്ലിൽ നിന്ന് 'നുരിയും ഈടാക്കും. വിശേഷദിവസങ്ങളിൽ ജന്മിമാരുടെ മുമ്പിൽ 'വെച്ചുകാണൽ' നിർബ്ബന്ധം. കാർഷികോൽപന്നങ്ങൾ അന്ന് കാഴ്ചവെ ക്കണം. വാരം അളക്കാൻ പ്രത്യേകം പറയുണ്ട്. രണ്ടിടങ്ങഴി അധികം കൊള്ളുന്ന കള്ളപ്പറ. പന്ത്രണ്ട് കൊല്ലത്തിനുള്ളിൽ ജന്മിയുമായി കരാർ പുതുക്കി വാരം വർധിപ്പിക്കണം. അതിന് 'പൊളിച്ചെഴുത്ത്' വേണം. പാട്ടത്തിന്റെ കാലാവധി കഴിഞ്ഞാൽ വീണ്ടും പാട്ടം കിട്ടാൻ ജന്മിക്ക് പണം നൽകണം. അങ്ങനെ അദ്ദേഹത്തിന്റെ ശീലം നന്നാക്കാൻ 'ശീലക്കാശ്'. വിളവെടുക്കാറായാൽ ജന്മിയുടെ അനുവാദം നേടാൻ 'കങ്കാണിപ്പണം നൽകണം. പുനം കൃഷിക്കായി മരങ്ങൾ മുറിച്ചാൽ കുറ്റി കണക്കാക്കി 'കുറ്റിക്കാണം' കൊട്ടക്കണം. പുറമെ ഭ്രഷ്ട്, തൊട്ടുകൂടായ്മ, തീണ്ടിക്കൂടായ്മ, വണ്ണാത്തിമാറ്റ് ബഹിഷ്കരണം, ക്ഷൗരം മുടക്കൽ, കല്ലും തോല്യം വെച്ചുകെട്ടൽ, കുരുമുളക് കൃഷിക്കാരുടെമേൽ പത്തിൽ രണ്ട്, അതായത് നാലു വർഷം കൃഷിക്കാരൻ മുളക് പറിച്ചാൽ അടുത്തവർഷം ജൻമിക്കാണ് പറിക്കാനധികാരം.

ഇതൊക്കെ ഒന്നവസാനിച്ച് കിട്ടാനാണ് കുഞ്ഞാപ്പമാസ്റ്ററും കണ്ണൻ മാസ്റ്ററും ചിണ്ടനും ചിണ്ടപ്പൊതുവാളം ടി. പി. സിയുമൊക്കെ കഷ്ടപ്പെ ട്ടുന്നത്. വേങ്ങയിൽ നായനാരുടെ കാനായിയിലെ വീട്ടിലേക്ക് 1936 ഒക്ടോബറിൽ സംഘം ജാഥ നടത്തി നിവേദനം നൽകിയതിന് ഫലമുണ്ടായിരുന്നു. കാനായി വയലിൽ വിഷ്ണുഭാരതീയനും ടി. സി. നാരായണൻനമ്പ്യാരുമൊക്കെ നടത്തിയ പ്രസംഗത്തിന്റെ അലകൾ ഇനിയും അവസാനിച്ചിട്ടില്ല.

രണ്ടാംലോകമഹായുദ്ധമാണ് പുതിയ കാലനായി വന്നത്. ബംഗാ ളിൽനിന്നും പുറപ്പെട്ട ക്ഷാമം ലക്ഷങ്ങളെ തിന്നുതീർത്ത് മലബാറിലും എത്തി. കരിഞ്ചന്തക്കാർക്കും പൂഴിവെപ്പുകാർക്കും സുവർണ്ണകാലം വന്നു. പലേടത്തും ഭക്ഷണത്തിനായി കൊള്ളകൾപോലും നടന്നു. കർഷകസംഘവും കമ്യൂണിസ്റ്റ് പാർട്ടിയും അടിയന്തിരമായി ഇടപെട്ടു. ഭക്ഷണക്കമ്മിറ്റികൾക്ക് രൂപം നൽകി. മിച്ച നെല്ല് സ്റ്റോറിലളപ്പിക്കാനും

പാവങ്ങൾക്ക് അരി കിട്ടുന്നുണ്ടെന്ന് ഉറപ്പുവരുത്താനും അവർ രാപകൽ അധ്വാനിച്ചു.

കാനായിയിൽനിന്ന് കണ്ടങ്കാളിയിലേക്ക് നെല്ല് കടത്തുകയായിരുന്ന മനിയേരി നാരായണൻ നമ്പ്യാരെ തടഞ്ഞ് നെല്ല് മുതിയലം സൊസൈറ്റിയിൽ അളപ്പിക്കാൻ കഴിഞ്ഞതിൽ എ. വി. ചിണ്ടനും ടി. പി. സിക്കും അഭിമാനമുണ്ട്. സർക്കാർ പ്രഖ്യാപിച്ചത് നടപ്പാക്കുക മാത്രമാണ് തങ്ങൾ ചെയ്തത്. പക്ഷേ സമ്മാനമായി ലഭിച്ചത് ക്രിമിനൽകേസ്. ക്രൂരമർദ്ദനം. ഗുണ്ടകളുടെയും പോലീസിന്റെയും തേർവാഴ്ച. ജന്മിമാരുടെ പത്തായപ്പുരകൾക്കു മുന്നിൽ വാലാട്ടി കാവലിരിക്കുന്ന സ്വതന്ത്ര ഭാരതത്തിന്റെ പോലീസുകാരുടെ മുഖത്ത് കാർക്കിച്ചുതുപ്പാൻ സഖാക്കൾക്ക് ഭയമൊന്നുമില്ല. പാർട്ടി ആഹ്വാനത്തിന്റെ തീനാളം കൊളുത്തുകയേ വേണ്ടൂ. കരിയിലയെന്ന് അധികാരികൾ കരുതുന്ന ദുരിതക്കോലങ്ങൾ ജന്മിത്വത്തെയും ഭരണകൂടത്തെയും ദഹിപ്പിക്കും. കൽക്കത്തയിൽ നിന്നും കുഞ്ഞിക്കണ്ണൻമാസ്റ്റർ കൊണ്ടുവന്നത് ആ തീനാളമാണ്. കുഞ്ഞാപ്പമാഷും എ. വി. ചിണ്ടനും ടി. പി. സിയും ചിണ്ടപ്പൊതുവാളും, പിന്നെ നാടെങ്ങുമുള്ള പല പേരില്ലുള്ള സഖാക്കളും അതേറ്റുവാങ്ങി.

ഒരുപിടി നെല്ലിനായ്

വിശക്കുന്നവന് അന്നമാണ് ദൈവം. പക്ഷേ, തങ്ങൾ ദൈവത്തെ പ്പോലെ തൊഴുകയും കാഴ്ച നൽകുകയും ചെയ്യുന്ന ജന്മികളാണ് അന്നം നിഷേധിക്കുന്നത്. നാലുകെട്ടുകളുടെ പത്തായങ്ങളിൽ കുമി ഞ്ഞുകൂട്ടുന്നത് തങ്ങളുടെ രക്തത്തിലും വിയർപ്പിലും വിളഞ്ഞതാണ്. വിശപ്പിന്റെ വിഷജ്വരം ബാധിച്ച് നിലവിളിക്കുന്ന പിഞ്ചുമക്കളെ ആശ്വസി പ്പിക്കാൻപോല്യമാകാതെ ജനങ്ങൾ നെടുവീർപ്പിട്ടു. എല്ലാം വിധിയെന്ന് സമാധാനിക്കാൻ ഇനിയവർക്കാവില്ല. ജന്മിമാരും അധികാരികളുമാണ് ഈ വിധിയുണ്ടാക്കുന്നതെന്ന് കർഷകസംഘവും കമ്യൂണിസ്റ്റ് പാർട്ടിയും അവരെ ബോധ്യപ്പെടുത്തി. കൽക്കത്ത തിസിസിന്റെ പിൻബലം കൂടി കിട്ടിയതോടെ 1948 വടക്കെ മലബാറിൽ നെല്ലെടുപ്പുകളുടെ കാലമായി.

നെല്ല് സൊസൈറ്റികളിലലക്കാതെ പൂഴ്ഴിവെക്കുന്ന ജന്മിഗൃഹ ങ്ങളിലേക്ക് കമ്യൂണിസ്റ്റുകാരുടെ നേതൃത്വത്തിൽ പട്ടിണിപ്പാവങ്ങൾ കടന്നുചെന്നുതുടങ്ങി. അവർ ബലമായി നെല്ലെടുത്ത് വിതരണം ചെയ്തു. നാടിന്റെ നാനാഭാഗത്തുനിന്നും നെല്ലെടുപ്പുവാർത്തകൾ പ്രവഹിച്ചുകൊ ണ്ടിരുന്നു. കാസർകോട് താലൂക്കിൽ കരിന്തളത്തും രാവണീശ്വരത്തും പുല്ലൂരും മടിക്കൈയിലും നെല്ലെടുത്തു. ബ്രിട്ടീഷ് ഭരണകാലത്തുതന്നെ നെല്ല് പൂഴ്ഴിവെച്ച് കുപ്രസിദ്ധനായതാണ് കരിന്തളത്തെ രാമൻ എന്ന ജന്മി. റേഷൻ സംവിധാനം നിർത്തലാക്കിയപ്പോൾ രാമൻ കരിഞ്ച ന്തയിൽ നെല്ല് വിറ്റുതുടങ്ങി. ടി. എസ്. തിരുമുമ്പിന്റെ നേതൃത്വത്തിൽ കർഷകർ പത്തായപ്പുരയിലേക്ക് മാർച്ച് ചെയ്തു. പത്തുപറ നെല്ലെടുത്ത് വിതരണം ചെയ്തു. കൺട്രോൾ വില നൽകിയെങ്കിലും വാങ്ങാൻ ജന്മി കൂട്ടാക്കിയില്ല. ടി. എസ്. തിരുമുമ്പ്, എൻ. ഗണപതി കമ്മത്ത്, സി.

കൃഷ്ണൻനായർ, ച്ചരിക്കാടൻ കൃഷ്ണൻനായർ എന്നിങ്ങനെ 54 പേരെ പ്രതിചേർത്ത് ജന്മി കേസ് കൊടുത്തു.

രാവണീശ്വരത്ത് 48 ഏപ്രിൽ 16നായിരുന്നു നെല്ലെടുപ്പ്. പുല്ലൂരിലെ കുണ്ടിലായരുടെ ഇല്ലത്തുചെന്ന് 30 പറ നെല്ലെടുക്കുന്നതിന് നേതൃത്വം കൊടുത്തത് പി. അമ്പുനായരും എം. ഹരിദാസും. നെല്ല് തികയാതെ വന്നപ്പോൾ മണിയൻപട്ടർ എന്ന ജന്മിയുടെ വീട്ടിലേക്ക് ജനങ്ങൾ നീങ്ങി. നെല്ല് കൊടുത്തുവെങ്കിലും പണം വാങ്ങാൻ പട്ടർ തയ്യാറായില്ല. 20 പേരെ പ്രതികളാക്കി കേസെടുത്ത പൊലീസ് അടോട്ടും രാവണീ ശ്വരത്തും തേർവാഴ്ചയാണ് നടത്തിയത്. അജാന്തൂരിലും ചിത്താരിയിലും പുല്ലൂരിലും നിന്നെത്തിയ അഞ്ഞൂറോളം പേരാണ് പുല്ലൂരിലെ സുബ്രഹ്മ ണ്യൻപട്ടരുടെ വീട്ടിലെത്തിയത്. അവിടെ നിന്ന് മുപ്പതുപറ നെല്ലെടുത്ത് വിതരണം ചെയ്തു. അടോട്ട് രാമൻ, കാനത്തിൽ പക്കീരൻ, പുങ്ങാണി, എം. ഹരിദാസ് തുടങ്ങിയ പതിനഞ്ചാളുകൾ കേസിൽ പ്രതികളായി.

മടിക്കെയിൽ കെ. മാധവന്റെയും മടിക്കെ കുഞ്ഞിക്കണ്ണന്റെയും നേതൃത്വത്തിൽ കക്കോത്തായരുടെ ഇല്ലത്തേക്ക് ജനങ്ങൾ മാർച്ച് ചെയ്തു. റേഷൻവില നൽകി നെല്ലെടുത്ത് വിതരണം ചെയ്യുകയായിരുന്നു. നീലേശ്വരം തെക്കേകോവിലകം തമ്പുരാനുവേണ്ടി കൊണ്ടുപോവുക യായിരുന്ന നെല്ല് പിടിച്ചെടുത്തത് കെ. ആർ. കുഞ്ഞിക്കണ്ണന്റെ നേതൃ ത്വത്തിലാണ്. കോളിയടുക്കം, ഉദിന്തൂർ, കുട്ടമത്ത്, പുതുക്കൈ, കിഴക്കേ എളേരി- ഇവിടെയൊക്കെ കർഷകർ നെല്ലെടുത്തു.

'കോറോത്തും നെല്ലെടുത്തു.' ആലപ്പടമ്പുകാർ ആവേശത്തോടെ യാണ് ആ വാർത്ത കേട്ടത്. ഉൽക്കണ്ഠയോടെ ഓടിക്കൂടിയവരോട് സി. കെ. കുഞ്ഞിരാമൻനായരും കുന്നമ്മൽ രാമനും സംഭവം വിശദീകരിച്ചു. വിഷുനാളിലെങ്കിലും ജനങ്ങൾ പട്ടിണികിടക്കരുതെന്ന് തീരുമാനിച്ച കോറോം സഖാക്കൾ ഏപ്രിൽ പത്തിന് യോഗം ചേർന്ന് നെല്ലെടു ക്കാൻ തീരുമാനിച്ചു. ഏപ്രിൽ 11ന് പുലർച്ചെ ഇരുപത്തഞ്ചോളം പേർ ആലക്കാട്ടെ പടിഞ്ഞാറെ പുതിയവീട്ടിൽ മാവിലാ കുഞ്ഞമ്പുനമ്പ്യാർ എന്ന ജന്മിയുടെ വീട്ടിലേക്ക് മാർച്ച് ചെയ്തു. കുറച്ചനാൾ മുമ്പേ അത് സംഭവിക്കേണ്ടതായിരുന്നു. അതിനായി വൈപ്പിരിയത്ത് യോഗവും ചേർന്നു. കുറച്ചുകൂടി ആൾക്കാരെ സംഘടിപ്പിക്കുന്നതിനായി മറ്റൊരു ദിവസത്തേക്ക് പദ്ധതി നീട്ടിവച്ചു. അങ്ങനെയാണ് കുഞ്ഞിപ്പൊയിലിൽ വീണ്ടും സമ്മേളിച്ചത്. അവിടെനിന്നാണ് പുലർച്ചെ ആലക്കാട്ടേക്ക് നീങ്ങിയത്.

മൂന്നുനാല്യപേർ ആദ്യം അകത്തുകടന്നു. പിന്നാലെ മറ്റുള്ളവരും. പാട ത്തെന്തോ ചെയ്യുകയായിരുന്ന കുഞ്ഞമ്പുനമ്പ്യാർ ഓടിക്കിതച്ചെത്തി.

നെല്ല് ചോദിച്ചപ്പോൾ നെല്ലൊന്നും ഇല്ലെന്നായിരുന്ന അയാളുടെ മറുപടി. ജന്മി വഴങ്ങുന്നില്ലെന്നു കണ്ടപ്പോൾ മറ്റൊന്നും ആലോചിച്ചില്ല. ബലമായി പത്തായപ്പുരയിലെത്തി. നെല്ലുപൊതിയുമായി അവർ ക്ഷേത്രകരയിലേക്ക് നടന്നു. നെല്ല് വിതരണം ചെയ്യാൻ പോകുന്ന കാര്യം നാട്ടുകാരെ വിളിച്ചറിയിച്ചു. കേട്ടവർ കേട്ടവർ അൽപം ഭയപ്പാടോടെയാ ണെങ്കിലും ഓടിയെത്തി. അഞ്ചുസേർ വീതം നെല്ല് അളന്നുകൊട്ടു തുടങ്ങി. ആളുകളുടെ എണ്ണം പെരുകി. അളവ് ഇടങ്ങഴിയിലേക്ക് മാറ്റി. അംശം ശിപായി കിട്ടൻ മൂസോർക്കുപോലും നെല്ല് കൊട്ടു.

നെല്ല് തീർന്നു. കൃ അവശേഷിച്ചു. വീണ്ടും കുഞ്ഞമ്പുനമ്പ്യാരുടെ വീട്ടി ലേക്ക് യാത്ര. ഇത്തവണ ജനങ്ങളെല്ലാം കൂടെയുണ്ട്. ഉച്ചസമയം. 'ഏ... കുഞ്ഞമ്പൂ...' ജനക്കൂട്ടത്തെ കണ്ടതോടെ ജന്മിയുടെ അമ്മ നിലവിളിച്ചു തുടങ്ങി. കയ്യിലൊരു വാളാങ്കത്തിയുമായി കുഞ്ഞമ്പുനമ്പ്യാർ ചാടിവീണു. ക്ഷുഭിതരായ ജനങ്ങൾ നമ്പ്യാരെ നേരിട്ടു. കത്തി അടിച്ചുതെറിപ്പിച്ചു. വെള്ളമെടുക്കുന്ന കയർകൊണ്ട് ജന്മിയെ പിടിച്ചുകെട്ടി അകത്തുകയറി. വീണ്ടും നെല്ലെടുത്തു. അവിടെവച്ചതന്നെ വിതരണം ചെയ്തു. ആശ്വാസ ത്തോടെ ജനങ്ങൾ പിരിഞ്ഞുപോയി.

തങ്ങളുടെ നാട്ടിലും ഒരു നെല്ലെടുപ്പ് സമരത്തിന്റെ രൂപരേഖ മനസ്സിൽ വരച്ച് ആലപ്പടമ്പിലെ സഖാക്കൾ മുന്നോട്ടുനീങ്ങുമ്പോഴാണ് കോറോത്തുനിന്ന് അടുത്ത വാർത്ത വന്നുവീണത്. 'പൊലീസ് വെടിവച്ചു. ബി. പൊക്കൻ രക്തസാക്ഷിയായി.'

നെല്ലെടുപ്പ് വാർത്തയറിഞ്ഞ് കോറോത്തെത്തിയ പൊലീസ് വീട്ടുകളിൽ താണ്ഡവമാടി. ഏ. വി. ചിണ്ടന്റെ കുടിലിൽ കയറി അവിടെയു ണ്ടായിരുന്ന നെല്ലെടുത്തു. ചിണ്ടന്റെ സഹോദരിമാർക്ക് കൃഷിപ്പണിയുടെ കൂലിയായി കിട്ടിയ നെല്ല്. കുഞ്ഞമ്പുനമ്പ്യാരുടെ വീട്ടിൽ നിന്നെടുത്ത നെല്ലാണെന്നു വരുത്താനുള്ള നീചശ്രമം. നെല്ല് വഴിയിലൊരിടത്തുവച്ച് പി. ബാലൻനായർ, എൻ. ഗോവിന്ദൻനായർ എന്നീ പൊലീസുകാരെ കാവൽ നിർത്തി മറ്റുള്ളവർ ജന്മിയുടെ വീട്ടിലേക്ക് നീങ്ങി.

പൊട്ടുന്നനെയാണ് പ്രതിഷേധജാഥ വന്നത്. കുഞ്ഞിക്കണ്ണൻമാസ്റ്റ റെയും ടി. പി. ചിണ്ടൻനമ്പ്യാർ എന്ന ടി. പി. സി. നമ്പ്യാരെയും അറസ്റ്റ് ചെയ്തതിൽ പ്രതിഷേധിക്കാനിറങ്ങിയതാണ്. കാവൽ നിൽക്കുന്ന പൊലീസുകാരെ കണ്ടപ്പോൾ അവരുടെ ചോര തിളച്ചു. ഒറ്റക്കുതിപ്പിന് പൊലീസിന്റെ തോക്ക് പിടിച്ചെടുത്തു. പൊലീസുകാരാകട്ടെ പ്രാണനും കൊണ്ടോടി ജന്മിയുടെ വീട്ടിലെത്തി. പ്രകടനം നേരെ മങ്ങണംചാൽ ഭാഗത്തേക്കാണ് നീങ്ങിയത്. എം. എസ്. പിയും അങ്ങോട്ട് മാർച്ച് ചെയ്തു. തോക്കുകൾ ഗർജിച്ചു. ബി. പൊക്കൻ വെടിയേറ്റുവീണു. കെ. പി.

കൃഷ്ണൻനായരുടെ ഇടതുകാലിൽ വെടികൊണ്ടു. ഇരുവരെയും ചാക്കിൽ കെട്ടി വണ്ടിയിലിട്ടു. എം. എസ്. പിയുടെ വണ്ടി പയ്യന്നൂരിലേക്ക് കുതിച്ചു.

നെല്ലെടുപ്പ് കേസിൽ നിരവധിപേരെ പ്രതികളാക്കി കേസെടുത്തു. കൊടക്കൽ കൃഷ്ണൻനായർ, പുതിയപുരയിൽ ചിരുകണ്ടൻ, ചിറ്റേരി അമ്പു, ചിറ്റേരി കൊട്ടൻ, മാക്കിനാടി അമ്പു, പാലങ്ങാടൻ കോരൻ, നടുവളപ്പിൽ കോരൻ, ആലക്കാട്ട് അമ്പു, തെക്കണ്ടത്തിൽ കണ്ണൻ, കണ്ണട രാമൻ, പാപ്പിനിശ്ശേരി ചിണ്ടൻനായർ, ചാലക്കോട് നാവ്യതിയൻ കുഞ്ഞമ്പു, കുണ്ടത്തിൽ കുഞ്ഞമ്പു, പിലാക്കൽ കണ്ണൻ, പള്ളത്ത് കേശവൻ നമ്പൂതിരി, പാവ്വർകണ്ണൻ, നടുവളപ്പിൽ അപ്പ, വണ്ണത്താൻ കീരി അമ്പു, പനയന്തട്ട ഇടയിൽവീട്ടിൽ ചെറിയരാമൻ നമ്പ്യാർ, ചേനാട്ടിൽ കുഞ്ഞിരാമൻ, വലിയ കൊടക്കൽ കൃഷ്ണൻനായർ, കൊളങ്ങര കണ്ണൻ, കുതിരപ്പന്തി മഠത്തിൽ ബാലൻ, പടിഞ്ഞാറെ വീട്ടിൽ കുഞ്ഞമ്പു എന്നിവർ കോടതിയിലെത്തിയ പ്രതികൾ. വീട് കൊള്ളചെയ്തെന്നും പൊലീസിനെ ആക്രമിച്ച് തോക്ക് തട്ടിയെടുത്തെ ന്നും ആരോപിച്ച കേസിൽ നടുവളപ്പിൽ കോരൻ, കൊടക്കൽ വലിയ വീട്ടിൽ കൃഷ്ണൻ, കൊല്ലച്ചാംവളപ്പിൽ കുഞ്ഞമ്പു, കാങ്കോലാൻ കുഞ്ഞി ക്കണ്ണൻ, പി. കണ്ണൻനായർ, വെളിച്ചന്തോടൻ ചെറിയ കണ്ണൻനായർ, ചാലക്കോട് വണ്ണത്താൻ അമ്പു എന്നിവർ പ്രതികൾ. കേസുകൾ ഇനി യ്യുമുണ്ട്. കൊടക്കൽ കുഞ്ഞിക്കണ്ണൻമാസ്റ്ററും ഏ. വി. ചിണ്ടനും കെ. എ. ചിണ്ടപ്പൊതുവാളം ടി. പി. സി. നമ്പ്യാരുമെല്ലാം പ്രതികൾതന്നെ. കോറോത്ത് പൊലീസ് നരവേട്ട തുടർന്നു. ആണങ്ങളെല്ലാം ഒളിവിൽ പോയി. ആലപ്പടമ്പിനും ഉറക്കമില്ലാത്ത രാത്രികളായിരുന്നു. ഒരു വിപ്ലവത്തിന്റെ കാലൊച്ചക്ക് നാട് ജാഗ്രത്തായി കാതോർത്തിരുന്നു.

1939ൽ കുണ്യത്തടത്തിൽ നടന്ന പന്തിഭോജനത്തോടെ പുരോഗമ നപ്രസ്ഥാനത്തിന്റെ ശക്തി തെളിയിച്ചതാണ് ഈ ഗ്രാമം. അതിന് രണ്ട വർഷം മുമ്പാണ്, കുറവേലി വിഷ്ണുശർമ്മ സ്കൂളിൽ ഒരു സഹൃദയസംഘം പ്രവർത്തിച്ചുതുടങ്ങിയത്. ഒരിക്കൽ ആലപ്പടമ്പിലെത്തിയ കേരളീയൻ എരിഞ്ഞിക്കീലിലെ അരയാൽക്കീഴിൽ കർഷകയോഗത്തിൽ പ്രസംഗി ച്ചു. സഹൃദയസംഘമല്ല, കർഷകസംഘമാണ് വേണ്ടതെന്ന കേരളീയ ന്റെ നിർദ്ദേശം യുവാക്കൾ സ്വീകരിച്ചു. വൈകാതെ കർഷകസംഘവും കമ്യൂണിസ്റ്റ് പാർട്ടിയും പിറന്നുവീണു.

സി. കെ. കുഞ്ഞിരാമൻനായർ, കുന്നമ്മൽ വലിയരാമൻ തുടങ്ങിയവർ നേതൃത്വത്തിലേക്കയർന്നു. 1937ൽ കോൺഗ്രസ്സിൽ ചേർന്ന കുഞ്ഞിരാ മൻനായർ കെ. പി. സി. സി. വളണ്ടിയറായിരുന്നു. 1940ലാണ് കമ്യൂണി സ്റ്റ് പാർട്ടി അംഗമാവുന്നത്. 1940 സപ്തംബർ 15ന് പയ്യന്നൂരിൽ നടന്ന

മർദ്ദനപ്രതിഷേധദിനാചരണത്തിൽ പങ്കെടുത്തിട്ടുണ്ട്. ആറുമാസം ജയിലിൽ കിടന്നു. 1946ൽ ആലക്കാട്ടെ മണിപ്പുഴ നമ്പൂതിരി ക്ലാരൻ ചന്തുവെ കുടിയൊഴിപ്പിച്ചപ്പോൾ സമരമുഖത്ത് സി. കെയുമുണ്ടായിരുന്നു. കരിവെള്ളൂർ സംഭവത്തിൽ പങ്കെടുക്കാൻ ജാഥ സംഘടിപ്പിച്ച് പുറപ്പെ ട്ടെങ്കിലും വെടിവെപ്പ് നടന്നതറിഞ്ഞ് തിരിച്ചവന്നു.

കോറോം വെടിവെപ്പ് നടന്നതിന്റെ മൂന്നാംനാൾ. 1948 ഏപ്രിൽ 15. കൊല്ലവർഷം 1122 മേടം മൂന്ന്. രാവിലെ ഏഴരയോടെ ആലപ്പടമ്പിലെ എ. എം. നാരായണൻ നമ്പീശന്റെ കൃഷ്ണപുരം എന്ന മഠത്തിലേക്ക് ഒരു ജാഥ വന്നെത്തി. കമ്യൂണിസ്റ്റ് നേതാക്കൾ, കർഷകസംഘം പ്രവർ ത്തകർ, ബാലസംഘക്കാർ ഒക്കെ അതിലുണ്ടായിരുന്നു. സ്ഥലത്തെ പ്രധാനജന്മികളിലൊരാളാണ് നമ്പീശൻ.

'ജനങ്ങൾ പട്ടിണിയിലാണ്. നെല്ല് വേണം. പണം തരാം'- സി. കെ. കുഞ്ഞിരാമൻ നായർ ആവശ്യപ്പെട്ടു. ഒരു നിമിഷം സ്തംഭിച്ചനി ന്ന നാരായണൻനമ്പീശന് കാര്യത്തിന്റെ ഗൗരവം മനസ്സിലായി. എതിർക്കാൻ നിന്നിട്ട് കാര്യമില്ല. കാര്യസ്ഥൻ ദേർമ്മൻനായരെ വിളിച്ച് നെല്ല് കൊട്ടക്കാൻ പറഞ്ഞു. പതിനഞ്ചുപറ നെല്ല് അയാൾ അളന്നിട്ടു. കൺട്രോൾ നിരക്കില്ലള്ള കാശ് നീട്ടിയെങ്കിലും ജന്മി വാങ്ങി യില്ല. തനിക്ക് വിരോധമൊന്നുമില്ലെന്നും കേസ് കൊട്ടക്കില്ലെന്നും കുടി നമ്പീശൻ പറഞ്ഞപ്പോൾ സഖാക്കൾക്ക് സമാധാനമായി. നെല്ലും ചാക്കിൽ കെട്ടിയെടുത്ത് അവർ മഠം വിട്ടു.

തൊട്ടപ്പറത്താണ് മറ്റൊരു ജന്മിയായ ശ്രീധരൻനമ്പീശന്റെ തെക്കെ മഠം. കുറുവേലി മുതലിങ്ങോട്ട് ആറുകണക്കിന് ഏക്കർ വയലിന്റെ ഉടമ. വാരമായി മാത്രം കിട്ടുന്നത് 500 പറ നെല്ല്. കുറുവേലി വിഷ്ണുശർമ്മ സ്കൂളിന്റെ ഉടമയും അധ്യാപകനുമായ നമ്പീശൻ പെരിങ്ങോം പി. സി. സി (Producer Cum Consumer Society) പ്രസിഡണ്ടുമാണ്.

നെല്ല് നൽകാൻ ആദ്യം ശ്രീധരൻ നമ്പീശൻ വിസമ്മതിച്ചു. കാശ് തരാമെന്ന് പറഞ്ഞിട്ടും വഴങ്ങിയില്ല. കാര്യങ്ങൾ വാക്കേറ്റത്തിലെത്തി യപ്പോൾ സംഗതി പന്തിയല്ലെന്ന് ജന്മിക്ക് മനസ്സിലായി. എട്ടുപറ നെല്ല് അളന്നുകൊട്ടക്കേണ്ടിവന്നു.

നെല്ലുമായി അവർ കുണ്ടൃത്തിടിലിലെത്തി. വന്നവർക്കെല്ലാം മൂന്നിട ങ്ങഴിവീതം വിതരണം ചെയ്തു. മടിക്കുത്തിലും കൊട്ടകളിലും നെല്ലുമായി വിശന്ന വയറുകൾ ആശ്വാസത്തോടെ വീട്ടുകളിലേക്ക് മടങ്ങുന്നത് സി. കെ. യും കുന്നമ്മൽ രാമനുൾപ്പെടെയുള്ള നേതാക്കൾ ആഹ്ലാദ ത്തോടെ നോക്കിനിന്നു.

ജന്മിമാർ വാക്കുപാലിച്ചില്ല. നാരായണൻ നമ്പീശൻ പൊലീസിനെ വിവരമറിയിച്ചു.

കത്തി, വടി, വാൾ തുടങ്ങിയ ആയുധങ്ങളുമായി കമ്യൂണിസ്റ്റ് മുദ്രാ വാക്യം മുഴക്കി വീടാക്രമിച്ച് നെല്ലെടുത്തെന്നായിരുന്ന കേസ്. എ. വി. ചാത്തുനായർ, സി. കെ. കുഞ്ഞിരാമൻനായർ, കെ. സി. കണ്ണൻനായർ, കെ. ചിണ്ടൻ, കെ. ഐ. വി. നാരായണൻ നായർ, ഇ. വി. കുഞ്ഞിക്ക ണ്ണൻനമ്പ്യാർ, കെ. കണ്ണൻ, പുളക്കൽ കോരൻ, പുളക്കൽ ചന്തൻ, പി. ചന്തൻ, സി. രാമൻ, കെ. കണ്ണൻ, യു. കോരൻ, കെ. പി. കുഞ്ഞമ്പു, സി. കെ. ചത്തുനായർ, സി. കെ. കണ്ണൻനായർ, പി. കൃഷ്ണൻ, ടി. കേളുനായർ എന്നിങ്ങനെ 18 പേർ പ്രതികൾ കരിവെള്ളൂരിൽനിന്നും എം. എസ്. പി. കുതിച്ചെത്തി. ആലപ്പടമ്പിനെ ചടലപ്പറമ്പാക്കുന്ന കിരാതത്വ ത്തിന്റെ നാളുകൾ. എം. എസ്. പി. റൂട്ട് മാർച്ച് നടത്തി. വീടാക്രമിച്ചു. കുന്നമ്മൽ രാമന്റെ വീട് തകർത്തു. മാവിലാചിണ്ടൻ നമ്പ്യാരുടെ വീടും കൃഷിയും നശിപ്പിച്ചു. ഇ. വി. കുഞ്ഞിക്കണ്ണൻനമ്പ്യാരുടെ വീട് തകർത്ത് വിത്തുപൊതിയും കുരുമുളകുചാക്കുകളും വീട്ടുപകരണങ്ങളുമെല്ലാം കിണറ്റിലിട്ടു. കിടക്ക കുത്തിക്കീറി. വീടുകളിൽ കയറി കോഴികളെ പിടിച്ച് വറുത്തതിന്നു. പുരുഷന്മാരെല്ലാം ഒളിവിൽ പോയപ്പോൾ സ്ത്രീകളോടായി പരാക്രമം. അമ്മ കല്യാണിയെ മർദ്ദിച്ചു. കുന്നമ്മൽ കുഞ്ഞിരാമന്റെ സഹോദരി മാണി അതിക്രമത്തിനിരയായി. എ.വി. ചാത്തുനായരുടെ ഭാര്യയായതാണ് മർദനത്തിന് കാരണം. ചേച്ചിയായ ശ്രീദേവിക്കാകട്ടെ ഭീകരദിനങ്ങളായിരുന്നു.

കരിവെള്ളൂർ സമരനേതാവ് പയങ്ങപ്പാടൻ കുഞ്ഞിരാമന്റെ ഭാര്യയായി എന്നതാണ് ശ്രീദേവിയുടെ കുറ്റം. കരിവെള്ളൂർ സംഭവത്തെ ത്തുടർന്ന് പൊലീസിന്റെ ഭീഷണിയും പീഡനവും ഏറെ അനുഭവിച്ച വളാണ് ശ്രീദേവി. പയങ്ങപ്പാടനെ പിടിക്കാൻ സഹായിച്ചില്ലെങ്കിൽ കൊന്ന് കഴിച്ചുമൂട്ടുമെന്നവരെ ഭീഷണിപ്പെടുത്തി. നിരവധി കേസുകളിൽ പ്രതിയായ പയങ്ങപ്പാടൻ പൊലീസിന് ഒരു പ്രഹേളികയായിരുന്നു. ഉപ്പസത്യഗ്രഹത്തിൽ പങ്കെടുത്തതിന് ചെറുപ്പത്തിലേ ഒരുമാസം ജയിലിൽ കിടക്കേണ്ടിവന്ന പയങ്ങപ്പാടന്. എ. വി. കുഞ്ഞമ്പുവുമായുള്ള ആത്മബന്ധത്തിലൂടെ അഭിനവഭാരതയുവക് സംഘത്തിൽ അംഗമായി. കാസർകോട്ട് വിദേശവസ്തുക്കട പിക്കറ്റ് ചെയ്തതിന് ക്രൂരമായ ലാത്തി ചാർജ് ഏറ്റുവാങ്ങി. കോഴിക്കോട് നടന്ന കോൺഗ്രസ്സിന്റെ ആറാം കേരളരാഷ്ട്രീയ സമ്മേളനത്തിൽ പ്രതിനിധിയായി. 1940 സപ്തംബർ 15ന് നിരോധനം ലംഘിച്ച് പ്രകടനം നടത്തിയതിന് അറസ്റ്റിലായി. ആറുമാസം ജയിലിൽ കിടന്നു. കള്ളക്കേസുകളുടെ പെരുമഴയിൽ നിന്ന്

പയങ്ങാപ്പാടൻ കുഞ്ഞിരാമൻ

രക്ഷപ്പെടാൻ പിന്നീട് ഒളിവിൽപോയി. 1946 ഡിസംബർ 20ന് കരിവെള്ളൂർ കുണിയനിലേക്ക് കിഴക്കഭാഗത്തുനിന്നുള്ള ജാഥ നയിച്ചത് പയങ്ങപ്പാടനാണ്. കേസിൽ പ്രതിയായെങ്കിലും പിടികിട്ടിയില്ല.

ആലപ്പടമ്പ് നെല്ലെടുപ്പിനു പിന്നിലും പയങ്ങപ്പാടൻ തന്നെയെന്ന് പൊലീസ് തീരുമാനിച്ചു. അരിശം തീർത്തത് ഭാര്യ ശ്രീദേവിയോട്.

ഏത് അസമയത്തും ചോദ്യംചെയ്യാനെന്ന പേരിൽ വാതിൽ ചവിട്ടിത്തുറക്കുന്ന പൊലീസ്. അസഭ്യവർഷം. വീട്ടുപകരണങ്ങൾ തച്ചുതകർക്കൽ. ബന്ധുക്കളുടെയും നാട്ടുകാരുടെയും ഒറ്റപ്പെടുത്തൽ. കല്യാണവീടുകളിൽപോലും ഭ്രഷ്. നമ്പീശന്റെ മഠത്തിലേക്ക് വിളിച്ചുകൊണ്ടായിരുന്ന പലപ്പോഴും പീഡനം. രണ്ടുദിവസം കുടിവെള്ളംപോലും നൽകാതെ മഠത്തിന്റെ മുറ്റത്ത് നിർത്തി.

അക്രമത്തിൽനിന്ന് രക്ഷപ്പെടാൻ ചിലർ നിർദ്ദേശിച്ച വഴി പയങ്ങപ്പാടനെ ഉപേക്ഷിക്കലായിരുന്നു. മരങ്ങാട്ടില്ലത്തെ കാര്യസ്ഥനും കോൺഗ്രസ്സുകാരനുമായ കൈപ്രവൻ കണ്ണൻനായരെക്കൊണ്ട് ശ്രീദേവിയെ വിവാഹം ചെയ്യിക്കാൻ വീട്ടുകാർ ശ്രമം തുടങ്ങി. ശ്രീദേവി എതിർത്തുനിന്നു. എന്നിട്ടും കണ്ണൻനായർ സംബന്ധക്കാരനായി. പുതിയ ഭർത്താവിനെ ഒന്ന് നോക്കാൻ പോലും ശ്രീദേവി കൂട്ടാക്കിയില്ല. അപമാനം സഹിക്കാനാവാതെ അയാൾ സ്വയം ഒഴിഞ്ഞുപോയി.

പത്തുനാൾ ആലപ്പടമ്പ് യുദ്ധഭൂമിയായി. തകർക്കപ്പെട്ട വീടുകൾ, കിണറിന്റെ ആഴങ്ങളിലേക്ക് എടുത്തെറിഞ്ഞ വീട്ടുപാത്രങ്ങൾ, തലയറ്റുവീണ വാഴകളും തെങ്ങുകളും. അമ്മപെങ്ങന്മാരുടെ മാറത്തടിച്ചുള്ള നിലവിളി. കുന്നമ്മൽ സുകുമാരനെപ്പോലുള്ള കൊച്ചുകുട്ടികളുടെ ദേഹത്തുപോലും ബയണറ്റ് ആഴ്ത്തി അട്ടഹസിക്കുന്ന പൊലീസ്.

ഇത് തുടരാനനുവദിച്ചുകൂട. ചെറുത്തുനിൽക്കണം. കമ്മ്യൂണിസ്റ്റ് പാർട്ടിയുടെ അടിയന്തിരയോഗം കണ്ടയംകൊവ്വൽ താഴെക്കുറുന്തിലെ കുഞ്ഞാപ്പമാസ്റ്ററുടെ തറവാട്ടുവീട്ടിൽ ചേർന്നു. കൽക്കത്ത തിസീസിന്റെ ആഹ്വാനം നടപ്പാക്കുകതന്നെ. സായുധമായി തിരിച്ചടിക്കുക- യോഗം തീരുമാനിച്ചു.

കുന്തമ്മൽ ശ്രീദേവി

പ്രാപ്പൊയിലിലും കുറ്റൂരിലും ജനങ്ങൾ നെല്ലെടുപ്പിനിറങ്ങിക്കഴി ഞ്ഞിരുന്നു. ഏപ്രിൽ 17നാണ് പ്രാ പ്പൊയിൽ നെല്ലെടുപ്പ്. വേങ്ങയിൽ നായനാരുടെ പ്രാപ്പൊയിലിലെ ചിറ്റാരിയിലേക്ക് രാവിലെ ഏഴുമണി യോടെ സംഘം പ്രവർത്തകർ ഇരച്ചെ ത്തി. കോറോം സംഭവത്തെത്തുടർന്ന് ഒളിവിൽ കമ്പല്ലൂർ ഭാഗത്തെത്തിയ പാപ്പിനിശ്ശേരി കൃഷ്ണൻനായർ, പാപ്പി നിശ്ശേരി കേളനായർ, ചിണ്ടൻനായർ, വണ്ണാൻകോടിവൈദ്യർ എന്നിവരും പാർട്ടിനിർദ്ദേശപ്രകാരം അതിൽ ചേർന്നിരുന്നു. യു. കുഞ്ഞപ്പ, ചെറളൻ നാരായണൻ, വണ്ണത്താൻ കേള, എം. പി. കുമാരൻ തുടങ്ങിയവരായിരുന്നു നേതൃസ്ഥാനത്ത്. വേങ്ങയിൽ സീനിയർ നായനാരുടേതാണ് പ്രാപ്പൊയിൽ ചിറ്റാരി. ചിറ്റാരി എന്നാൽ നെല്ല് സൂക്ഷിക്കുന്ന സ്ഥലം. ഇത് പക്ഷേ വലിയൊരു കോവിലകം തന്നെയായിരുന്നു. ജനത്തെക്കണ്ട് കാര്യസ്ഥൻ പൊക്കൻ വിരണ്ടു. കണ്ണൻ, ചന്തൻ എന്നീ പണിക്കാരെയും കൂട്ടി ചക്ക പറിക്കാനിറങ്ങി യതായിരുന്നു പൊക്കൻ. ചന്തൻ പ്ലാവിന്മുകളിലായിരുന്നു. 'ഞങ്ങൾ നെല്ലിനുവന്നവരാണ്'- എം. പി. കുമാരനും യു. കുഞ്ഞപ്പയും പറഞ്ഞു. 'നായനാർ ഇവിടെയില്ല' പൊക്കന്റെ മറുപടി. 'എന്നാൽ താക്കോൽ താ. ഞങ്ങളെടുത്തോളാം'- നേതാക്കൾ ആവശ്യപ്പെട്ടു. താക്കോൽ ഒന്നാം കാര്യസ്ഥൻ രാമന്റെ കയ്യിലാണെന്ന് പൊക്കൻ. 'എങ്കിൽ വാതിൽ കുത്തിത്തുറന്നേക്കാം'- ഇതും പറഞ്ഞ് ജനങ്ങൾ ചിറ്റാരിയി ലേക്ക് കടന്നു. പുറത്തെ മുറിയുടെ പൂട്ടുപൊളിച്ച് നെല്ലെടുത്തു. വിളക്കുവട്ടം ഉൾപ്പെടെയുള്ള സ്ഥലങ്ങളിൽവച്ച് നെല്ല് വിതരണം ചെയ്തു.

കാര്യസ്ഥൻ പൊക്കൻ ആറുനാഴിക അകലെയുള്ള അധികാരിയുടെ വീട്ടിലേക്ക് പാഞ്ഞു. അധികാരി അവിടെ ഇല്ലായിരുന്നു. ജന്മിയായ നായനാരുടെ വീട് പതിനഞ്ച് നാഴിക അകലെയാണ്. അവിടെ ചെന്നപ്പോഴാണറിഞ്ഞത് നായനാർ തലശ്ശേരിയിലാണെന്ന്. തുടർന്ന് മുഖ്യകാര്യസ്ഥൻ രാമനെ അന്വേഷിച്ച് മാതമംഗലത്തെത്തി. നേരം സന്ധ്യയായി. പൊലീസിൽ വിവരമറിയിക്കാനാണധികാരിയുടെ വരവെന്നു പറഞ്ഞപ്പോൾ

പിറ്റേന്ന് പുലർച്ചെ പൊലീസ് സ്റ്റേഷനിലേക്ക് പുറപ്പെട്ട പൊക്കൻ പെരിങ്ങോം എസ്. ഐ. വി. സി. കുമാരൻ മാതമംഗലത്തെത്തിയി ട്ടുണ്ടെന്നറിഞ്ഞു. എട്ടുമണിയോടെ എസ്. ഐയെ കണ്ട് സംഭവം പറഞ്ഞു. ഏപ്രിൽ 18ന് റിപ്പോർട്ട് കിട്ടിയിട്ടും 21ന് മാത്രമാണ് എസ്. ഐ. പ്രാപ്പൊയിൽ ചിറ്റാരിയിലെത്തിയത്. ലോക്കൽ പൊലീസിന് ഒറ്റക്ക് കമ്യൂണിസ്റ്റുകാരെ നേരിടാനാവില്ലെന്ന് ഭയന്ന് എം. എസ്. പിയുടെ വരവിനായി കാത്തിരിക്കുകയായിരുന്നു.

നെല്ല് കവർച്ച ചെയ്തെന്നും കൊള്ള നടത്തിയെന്നും മറ്റും ആരോപിച്ച് പൊലീസ് കേസെടുത്തു. കാര്യസ്ഥന്മാരായ പൊക്കൻ, പി. വി. രാമൻ എന്നിവർക്കുപുറമെ പണിക്കാരായ എം. കണ്ണൻ, നാട്ട കാരായ എം. മുഹമ്മദ്‌കുഞ്ഞി, എം. രാമൻ, ടി. വി. കുഞ്ഞമ്പു, കെ. നാരാ യണൻനായർ, പി. കേളപ്പൻനായർ എന്നിവരും സാക്ഷികളായെത്തി.

സമരസഖാക്കൾ ഒളിവിൽപോയി. ചിലർ കർണ്ണാടകത്തിലേക്ക്. ചിലർ കുടകിലേക്ക്. മറ്റചിലർ സമീപഗ്രാമങ്ങളിലേക്ക്. നെല്ലെടുപ്പ കേസിൽ കോടതിയിലെത്തിയത് 21 പ്രതികൾ. ചെരളൻ കൃഷ്ണൻ, വയക്കര കമ്മുകേള, ചെന്തിക്കളങ്ങര രാമൻ, ആമന്ത്ര കൃഷ്ണൻ നായർ, പെരിങ്ങോത്തെ ചെഞ്ചെരിയൻ കൃഷ്ണൻ മണിയാണി, കുക്കിരി രാമൻ, പണ്ടാരപ്പുരയിൽ ചെറിയ അമ്പു, മുതലവളപ്പിൽ ചിരുകണ്ടൻ, കരിവെ ള്ളൂരിലെ മാവിലാ കൃഷ്ണൻനായർ, കോറോത്തെ പള്ളത്ത് കേശവൻ നമ്പൂതിരി, വത്തക്കേൻ തീയ്യൻ തീയൻ കണ്ണൻ, നാലപ്പരപ്പാട്ടിൽ കണ്ണൻ, വടശ്ശേരി കുന്നമ്മൽ കണ്ണൻ, പി. കുഞ്ഞിക്കണ്ണൻനായർ പയ്യന്നൂരിലെ പിലാങ്കൽ കുഞ്ഞിക്കണ്ണൻ, കുറ്റരിലെ വി. വി. കണ്ണൻ, കാങ്കോലിലെ പനയന്തട്ട നാരായണൻ നായർ, കുറ്റരിലെ സി. പി. നാരായണൻ, കാങ്കോലാൻകുട്ടി, പാപ്പിനിശ്ശേരി കൃഷ്ണൻനായർ, ആലപ്പടമ്പിലെ ഇ. വി. കുഞ്ഞിക്കണ്ണൻനമ്പ്യാർ, കോറോത്തെ പാവ്വര് പന്നിക്കേൻ കണ്ണൻ എന്നിവർ. ഏറ്റവും പ്രായം കുറഞ്ഞ പ്രതി ഇ. വി. കുഞ്ഞിക്കണ്ണൻ നമ്പ്യാർ. 18 വയസ്സ്. പ്രായം കൂടിയത് 60 വയസ്സുള്ള കമ്മുകേള.

വീട് കൊള്ളക്കേസ് വേറെയുമുണ്ടായിരുന്നു. ഉപ്പാരണ്ടി കുഞ്ഞപ്പ ഒന്നിലെ പ്രതി. പാർട്ടി ഫർക്ക കമ്മിറ്റിയംഗമായിരുന്ന കുഞ്ഞപ്പ. 1934ൽ കോൺഗ്രസ് അംഗമായി. പ്രാപ്പൊയിൽ കേന്ദ്രമാക്കി പ്രാദേശിക കർഷകസംഘം രൂപീകരിക്കാൻ നേതൃത്വം നൽകി. 1939ലെ ബക്കളം സമ്മേളനത്തിൽ പങ്കെടുത്തിട്ടുണ്ട്. 1942ലാണ് പാർട്ടി അംഗമായത്. യുദ്ധകാലത്ത് പാർട്ടിനിർദ്ദേശപ്രകാരം പട്ടാളത്തിൽ പോയി. 46ൽ പിരിഞ്ഞുവന്നു. വീണ്ടും സജീവമായി പാർട്ടിരംഗത്ത്. പയ്യന്നൂർ ഫർക്ക

കമ്മിറ്റിയിൽ അംഗമായി. 46ലെ പ്രശസ്തമായ പെരിങ്ങോം പുല്ലപറി കേസിൽ പ്രതിയായയപ്പോൾ ഒളിവിൽപോയി. കരിവെള്ളൂർ കേസിലും പ്രതിയായിരുന്നു. നെല്ലെടുപ്പിനെ തുടർന്ന് ആക്കച്ചേരി ഫോറസ്റ്റിലേ ക്കാണ് ഒളിവിൽപോയത്.

ഏപ്രിൽ 19നാണ് എരമത്തും കുറ്റരില്ലും നെല്ലെടുപ്പ് നടന്നത്. എരമം രാമപുരത്ത് വേങ്ങയിൽ നായനാരുടെ ചിറ്റാരിയുണ്ടായിരുന്നു. കാര്യസ്ഥൻ മേനോൻ കൃഷ്ണൻ തന്ത്രശാലിയായതിനാൽ കർഷക രോട് സൗഹാർദ്ദപൂർവ്വം പെരുമാറി സംഘർഷമില്ലാത്ത അന്തരീക്ഷം ഉണ്ടാക്കി. രാമപുരം ചിറ്റാരിയിലേക്ക് എ. വി. കമ്മാരന്റെയും കെ. വി. കുഞ്ഞിരാമന്റെയും വടക്കെപുരയിൽ ചന്തുക്കുട്ടിയുടെയും നേതൃത്വത്തിൽ ജാഥയായി ചെന്ന സംഘംപ്രവർത്തകർ നെല്ലെടുത്തു. കുലേരിക്കാരൻ കൃഷ്ണനെന്ന ജന്മിയുടെ വീടായിരുന്ന അടുത്ത ലക്ഷ്യം. അവിടെനിന്ന് അഞ്ചുപറ നെല്ലെടുത്തു. നാട്ടുകാർക്ക് വിതരണം ചെയ്തതിന്റെ ബാക്കി നെല്ലും തലയിൽച്ചുമന്ന് നേതാക്കൾ കുറ്റര വഴി മാതമംഗലത്തേക്ക് തിരിച്ചു. അവിടെ പി. ആർ. നമ്പ്യാരുടെ വീട്ടിൽ ഭക്ഷണമൊരുക്കിയി രുന്നു. മാതമംഗലം ബസാറിലെ അമ്പുപ്പൊതുവാളുടെ പീടികയിൽവച്ച് നെല്ല് വിതരണം ചെയ്തു.

നെല്ല് തീർന്നു. ആവശ്യക്കാർ ഏറെ. കണ്ടോന്താറിലെ എടമന ഇല്ലത്തുനിന്ന് നെല്ലെടുക്കാമെന്ന് തോട്ടത്തിൽ കുഞ്ഞമ്പു എന്ന കോയിസായ്വ് പറഞ്ഞു. 'അതൊരു ചെറിയ ജന്മിയാണ്. വലിയ ജന്മി കുറ്റരില്ലുണ്ടല്ലോ. അങ്ങോട്ടപോകുന്നതാണ് നല്ലത്'-- കുറ്റരിൽ നിന്നെത്തിയ വി. വി. കണ്ണൻ അഭിപ്രായപ്പെട്ടു. 'പക്ഷെ അവിടെ നെല്ലുവാങ്ങാൻ ആളുണ്ടാകുമോ?' നേതാക്കൾ സംശയം പ്രകടിപ്പിച്ചു. 'അത് ഞാനേറ്റ'-- കണ്ണൻ പറഞ്ഞു. കണ്ണൻ പുഴ കടന്ന് അക്കരെയെ ത്തി. വഴിയിൽ കണ്ടവരോടെല്ലാം കുറ്റര വേങ്ങയിൽ മഠത്തിലേക്ക് നെല്ലിന് വരാൻ പറഞ്ഞു.

മൂന്നമണിയാകുമ്പോഴേക്കും ജനങ്ങൾ കുറ്റര മഠത്തിനടുത്തേക്ക് ഒഴുകിയെത്തിത്തുടങ്ങി. നേതാക്കൾ അവരെ മഠത്തിലേക്ക് നയിച്ചു. അപ്പുക്കുട്ടൻ നായനാർ എന്ന വേങ്ങയിൽ ഗോവിന്ദൻ നായനാരാണ് ജന്മി. പക്ഷെ, സ്ഥലത്തില്ല. കാര്യസ്ഥൻ പള്ളത്ത് ഈശ്വരൻ നമ്പൂതി രിയോട് കാര്യം പറഞ്ഞു. 'താക്കോലില്ല'- കാര്യസ്ഥന്റെ മറുപടി. പിന്നെ കാത്തുനിന്നില്ല. വാതിൽ ചവിട്ടിത്തുറന്ന് അകത്തുകടന്നു. നെല്ലെടുത്ത് അവിടെവെച്ചുതന്നെ വിതരണം തുടങ്ങി. ജനം പിരിഞ്ഞുപോയി. ഒന്നൊ ന്നരമണിക്കൂർകൊണ്ട് എല്ലാം കഴിഞ്ഞു. പ്രത്യാഘാതം അറിയാവുന്ന നേതാക്കൾ ഒളിവിൽപോയി.

പാണപ്പുഴയിൽ നിന്ന് ബാലൻനായനാർ അടങ്ങാത്ത അരിശ ത്തോടെ സൈക്കിൾ ചവിട്ടി പൊലീസ് സ്റ്റേഷനിലെത്തി പരാതി കൊടുത്തു. സന്ധ്യയോടെ ജമേദാർ രാമചന്ദ്രന്റെ നേതൃത്വത്തിൽ പൊലീസ് എത്തി. മഠം പൊലീസ് ക്യാമ്പായി. കോറോത്തിന്റെയും ആലപ്പടമ്പിന്റെയും തനിയാവർത്തനമായിരുന്നു തുടർന്ന്. സി. പി. നാരായണന്റെ അച്ഛൻ ആർ. കെ. കണ്ണനും വി. വി. കണ്ണന്റെ അച്ഛൻ കണ്ടംകൊവ്വൽ കോരനും അടി കിട്ടി. മഠത്തിൽ കൊണ്ടുപോയായി രുന്നു ശിക്ഷ. ആണങ്ങൾ ഒഴിഞ്ഞുപോയ വീടുകളിൽ പൊലീസിന്റെ പേക്കൂത്ത്. വീടുതകർക്കൽ, മർദ്ദനം. മാതമംഗലത്തെ വാണിയൻ കമ്മാരന്റെയും മൂശാരി കേളപ്പന്റെയും കണ്ണാട രാമന്റെയും വീടുകൾക്ക് പൊലീസ് തീവച്ചു.

പൊലീസ് തേർവാഴ്ചയിൽ ഗ്രാമങ്ങൾ നടുങ്ങിവിറക്കുമ്പോഴാണ് തിരിച്ചടിക്കാൻ പാർട്ടി തീരുമാനമെടുത്തത്.

മരണം വിളയാത്ത മണ്ണുതേടി

ഭയന്ന് നിന്നാൽ വംശം പോലും ബാക്കിളണ്ടാവില്ല എം. എസ്. പിയും ഗുണ്ടകളും നാട്ടുവിറപ്പിക്കുകയാണ്. ശക്തമായി തിരിച്ചടി ക്കണം. എന്നിട്ട് അവരുടെ കണ്ണെത്താത്ത എങ്ങോട്ടെങ്കിലും നീങ്ങണം. ജനങ്ങളെ സംഘടിപ്പിക്കണം. ജന്മിഗൃഹങ്ങൾ ആക്രമിച്ച് വിപ്ലവം നടത്തണം- കമ്യൂണിസ്റ്റുകാർ തീരുമാനിച്ചു.

എം. എസ്. പി. എന്ന മലബാർ സ്പെഷൽ പോലീസ് ബ്രിട്ടീഷ കാരന്റെ ചോറ്റുപട്ടാളമാണ്. 1884ൽ മലപ്പുറം കേന്ദ്രമാക്കി മലപ്പുറം സ്പെഷൽ പോലീസ് എന്ന പേരിലാണ് ബ്രിട്ടീഷുകാർ അതാരംഭിച്ച തുതന്നെ. 80 കോൺസ്റ്റബിൾമാർ, നാല് ഹെഡ്കോൺസ്റ്റബിൾമാർ, നാല് സർജന്റ്. ഒരു ബഗ്ലർ, ഒരു യൂറോപ്യൻ ഇൻസ്പെക്ടർ- ഇവരായി രുന്നു ആദ്യസേനയിൽ. മാപ്പിളമാരുടെ കലാപം അടിച്ചമർത്താനെന്ന പേരിൽ രൂപീകരിച്ച സ്ക്വാഡിനെ 1897ൽ സ്ഥിരമാക്കി.

1921 മാപ്പിള ലഹളയെന്ന് ബ്രിട്ടീഷുകാർ പേരിട്ട മലബാർ കലാപം ആളിപ്പടരുന്നു. സവർണ്ണജന്മിമാർക്കെതിരായി കുടിയാന്മാരായ മുസ്ലീംകൾ പാട്ടത്തിന്റേയും വാരത്തിന്റേയും ഒഴിപ്പിക്കലിന്റേയും പേരിൽ നടത്തിയ കലാപങ്ങളുടെ ബ്രിട്ടീഷ്വിരുദ്ധ മുഖം കുടിയായിരുന്ന മലബാർ കലാപം. ഇത്തരം കലാപങ്ങൾ അടിച്ചമർത്താൻ പ്രത്യേകസേന വേണമെന്ന് തെക്കൻ മലബാർ ജില്ലാപോലീസ് സൂപ്രണ്ട് ഹിച്കോക്ക് അധികൃതരോടഭ്യർത്ഥിച്ചു. 1921 സപ്തംബർ 30ന് വൈസ്രോയി ഇതം ഗീകരിച്ചു. ആറ് ബ്രിട്ടീഷ്ഓഫിസർമാരുടെ നേതൃത്വത്തിൽ ആറ് കമ്പനി പൊലീസ്, എട്ട് സുബേദാർ, 16 ജമേദാർ, 60 ഹവിൽദാർ, 600 കോൺസ്റ്റബിൾമാർ. മലബാർ പൊലീസിലേക്കുള്ള പരിണാമം

പൂന്നക്കോടൻ കുഞ്ഞമ്പു

ഇങ്ങനെയായിരുന്നു. അടിയ ന്തിരഘട്ടങ്ങളിൽ ലോക്കൽ പൊലീസിനെ സഹായിക്ക ലാണ് ലക്ഷ്യമെന്ന് പ്രഖ്യാപനം. ബ്രിട്ടീഷ്കാരനെതിരെ ഉയരുന്ന കൈകൾ അറുത്തുമാറ്റാനുള്ള പട്ടാളമായി ഇത് മാറി.

കമ്യൂണിസ്റ്റ്പാർട്ടി പ്രവർ ത്തനമാരംഭിച്ചതോടെ എം. എസ്. പിയുടെ ലക്ഷ്യം കമ്യൂണി സ്റ്റകാരായി. ജന്മിഗ്രഹങ്ങളിൽ പൊലീസ് ഉണ്ടറങ്ങി. ഗുണ്ടക ളുടെ സഹായത്തോടെ നരവേട്ട തുടങ്ങി.

എം. എസ്. പി. ക്ക് മലബാറിനു പുറത്ത് അധികാരമില്ല. ചെറുപുഴ നല്ലോൻ പുഴക്കക്കരെ ദക്ഷിണകാനറ ജില്ലയാണ്. കടുത്ത പ്രഹരമേൽ പിച്ചശേഷം മലബാർ വിടണം- നേതാക്കൾ ആലോചിച്ചു. കുഞ്ഞാപ്പമാ സ്റ്ററുടെ സംഘടനാവൈഭവം ഉണർന്ന് പ്രവർത്തിച്ചു. രഹസ്യക്കുത്തെ കളമായി ബാലസംഘം പ്രവർത്തകർ പോലീസിന്റെ കണ്ണുവെട്ടിച്ച് തലങ്ങും വിലങ്ങും സഞ്ചരിച്ചു. ഫർക്ക കമ്മിറ്റിയോഗം സമരത്തിന്റെ രൂപരേഖയുണ്ടാക്കി. നെല്ലെടുപ്പകേസ് പ്രതികളെയെല്ലാം സംഘടിപ്പി ക്കണം. ഒളിവില്ലുള്ളവരെയെല്ലാം വിളിച്ചുകൂട്ടണം.

കാങ്കോൽ വില്ലേജിലെ വൈപ്പിരിയം ആളങ്കുളത്ത് പാറയിൽ പരമാവധി ആളുകളെക്കൂട്ടി രാത്രി എത്തണം. പുത്തൂരും കൊഴമ്മലും ആലക്കാട്ടും ആലപ്പടമ്പിലും എരമത്തും വെള്ളൂരുമെല്ലാം കുഞ്ഞാ പ്പമാഷുടെ രഹസ്യനിർദ്ദേശമെത്തി. വിജനമായ പാറപ്പുറമാണ് വൈപ്പിരിയം. ചുറ്റും കുറ്റിക്കാടും വൻമരങ്ങളം. പലപ്പോഴും ഫർക്കയിലെ രഹസ്യയോഗങ്ങൾ ചേരാറുള്ളത് ഇവിടെയാണ്.

ഏപ്രിൽ 21ന് രാത്രി പതിനൊന്നുമണിയോടെ ആളുകൾ എത്തിത്തു ടങ്ങി. ആലപ്പടമ്പിൽനിന്ന് കുന്നമ്മൽ വലിയരാമൻ, കല്ലത്ത് കണ്ണൻ നായർ, കാഞ്ഞിരങ്ങാടൻ കണ്ണൻ, സി. കെ. കുഞ്ഞിരാമൻനായർ, ഇ. വി. കുഞ്ഞിക്കണ്ണൻ, എ. വി. ചാത്തു, മാവിലാ ചിണ്ടൻനമ്പ്യാർ. കൊഴമ്മൽനിന്ന് രയരന്റെ രാമൻ, യു. കുഞ്ഞിരാമപൊതുവാൾ, കെ. പി. കണ്ണൻനായർ, കുഞ്ഞമ്പുസറാപ്പ്, പരങ്ങേൻ കുഞ്ഞിരാമൻ, മൂപ്പന്റെ രാമൻ. പുത്തൂരുനിന്ന് രയരന്റെ ചന്ദ്രശേഖരൻ, പൂന്നക്കോടൻ കുഞ്ഞമ്പു.

കരിവെള്ളൂരിൽനിന്ന് ടി. വി. കൃഷ്ണൻ, കരയാപ്പള്ളി കണ്ണൻ,വെളുത്തമ്പു മാഷ്, കൂലേരിക്കാരൻ കുഞ്ഞമ്പു, മാവിലാ കൃഷ്ണൻനായർ, പരിയാരത്ത് കൃഷ്ണൻനായർ, കോയിസായ്‌വ് (തോട്ടത്തിൽ കുഞ്ഞമ്പു), എരമത്തുനിന്ന് എ. വി. ചിണ്ടനും കെ. വി കമ്മാരനും, ആലക്കാട്ടുനിന്ന് കുഞ്ഞിവളപ്പിൽ കണ്ണൻ, കാങ്കോലിൽനിന്ന് പി. വി. നാരായണൻനമ്പ്യാർ, വെളിച്ച ന്തോടൻ നാരായണൻനമ്പ്യാർ, പി. വി. കുട്ടി, കുന്നമ്മൽ കണ്ണൻ.

യോഗം തുടങ്ങി. പി. കണ്ണൻനായരും കുഞ്ഞാപ്പമാഷും എം. പി. കുമാരനും കാര്യങ്ങൾ വിശദീകരിച്ചു തുടങ്ങി. ആക്രമണങ്ങൾക്ക് പകരം ചോദിക്കൽ മാത്രമല്ല സായുധസമരത്തിലൂടെ ഗ്രാമങ്ങൾ മോചിപ്പിക്ക കക്ഷടിയാണ് ലക്ഷ്യം- കുഞ്ഞാപ്പമാസ്റ്റർവിശദീകരിച്ചു. 'എത്രയും വേഗം ആക്രമണം തുടങ്ങണം'- മാവിലാചിണ്ടൻനമ്പ്യാരുടെ പ്രതികരണം. യുദ്ധത്തിൽ പങ്കെടുത്ത് രണ്ടുവർഷം മുമ്പ് തിരിച്ചെത്തിയ പട്ടാളക്കാ രനാണ് ചിണ്ടൻനമ്പ്യാർ. ആലപ്പടമ്പിൽ പാർട്ടിയുടെ വളണ്ടിയർ ക്യാപ്റ്റനുമാണ്. കായികരിശീലനത്തിലും ആയുധപരിശീലനത്തിലും അഗ്രഗണ്യൻ. കോറോത്തും ആലപ്പടമ്പിലും നെല്ലെടുത്ത സംഘത്തിലെ പ്രമുഖൻ.

'പരമാവധി ആയുധങ്ങൾ ശേഖരിക്കണം'- കണ്ണൻനായർ നിർദ്ദേ ശിച്ചു. 'സൗത്ത് കാനറ ജില്ലയിലെ കിഴക്കേ എളേരിയാണ് ലക്ഷ്യം. മറ്റെ കാര്യങ്ങൾ പിന്നീട് പറയാം'- കുഞ്ഞാപ്പമാഷ് പറഞ്ഞു. ആർക്കും എതി രഭിപ്രായം ഉണ്ടായിരുന്നില്ല. പോരാളികളെ ഏതാനും ഗ്രൂപ്പുകളായി തിരിച്ചു. ഒരു ഗ്രൂപ്പ് എരമം ഭാഗത്തേക്ക് നീങ്ങണം. മറ്റൊന്ന് ആലപ്പടമ്പി ലേക്ക്. മൂന്നാമത്തേത് പ്രാപ്പൊയിലേക്ക്. നാലാമത്തേത് പേര്യൽ വഴി. ഓരോ ഗ്രൂപ്പിനെയും പ്രത്യേകം വിളിച്ച് വേണ്ട നിർദ്ദേശങ്ങൾ നൽകി. ദിവസങ്ങളായി വീട്ടിൽ കയറാൻ കഴിയാത്തവരാണ് മിക്കവരും. രണ്ടി ലൊന്ന് സംഭവിക്കുമെന്ന കണക്കുകൂട്ടലോടെ തന്നെയാണ് എല്ലാവരും പിരിഞ്ഞത്.

പുത്തൂരിലെ പുന്നക്കോടൻ കുഞ്ഞമ്പു എന്ന മുപ്പത്തിമൂന്നുകാരന് ഉള്ളൊന്ന കാളി. ഭാര്യ കുഞ്ഞിമാണി പൂർണ്ണഗർഭിണിയാണ്. അവളോ ടൊന്ന് യാത്രപറയണം. എരമത്തേക്ക് നീങ്ങിയ ഗ്രൂപ്പിലായിരുന്ന കുഞ്ഞമ്പു സഖാക്കളോട് കാര്യം പറഞ്ഞു. പോയി വരാൻ അനുമതി കിട്ടി.

ഒന്നുരണ്ടു സഖാക്കളോടൊപ്പം കുഞ്ഞമ്പു ധൃതിയിൽ പുത്തൂരിലേക്ക് നടക്കുകയായിരുന്നു. മാത്തിലെത്തിയപ്പോൾ ഒരു നിലവിളിശബ്ദം. ഏതോ സഖാവിനെ ചിലർചേർന്ന് മർദ്ദിക്കുകയാണ്. അടുത്ത് ഏതാനും പൊലീസുകാരുമുണ്ട്. 'സഖാവേ...എന്നെ രക്ഷിക്കണം'- അടിയേറ്റ

പ്പളയുന്നയാൾ കൈനീട്ടി യാചിക്കുന്നു. കുഞ്ഞമ്പുവിന് നോക്കിനിൽ ക്കാനായില്ല. മുന്നോട്ടുകുതിക്കാൻ തുടങ്ങുമ്പോൾ കൂടെയുള്ളവർ തടഞ്ഞു. 'ഇതിലെന്തോ ചതിയുണ്ട്. സൂക്ഷിക്കണം'- ശരിയായിരുന്നു. കുഞ്ഞമ്പു വിനെ പിടിക്കുട്ടുന്നതിനുള്ള അഭിനയമായിരുന്നു അത്. പോലീസിന്റെ പിടിയിലാകുമെന്നുവന്നപ്പോൾ കുഞ്ഞമ്പുവും സഖാക്കളും ഓടിരക്ഷപ്പെട്ടു.

അന്ന് ഏപ്രിൽ 22 ആയിരുന്നു. വീട്ടിലെത്തിയ കുഞ്ഞമ്പു ഭാര്യയോട്ടും ജ്യേഷ്ഠസഹോദരിയോട്ടും കാര്യങ്ങൾ പറഞ്ഞു. 'ഇനി കാണാൻ കഴിയുമോ എന്നറിയില്ല. ജനിക്കുന്നത് മോനാണെങ്കിൽ ഭാസ്കരൻ എന്ന് പേരിടണം'- കുഞ്ഞമ്പുവിന്റെ വാക്കുകൾ നിലവിളിയോടെയാണ് മാണി കേട്ടുനിന്നത്.

'പുത്തുരിൽ പുലിയിറങ്ങി'- കണ്ടവരോടൊക്കെ എം. എസ്. പിക്കാർ പറഞ്ഞു. ആ പുലി പ്പന്നക്കോടനാണെന്ന് ആരും മനസ്സിലാക്കിയില്ല. എം. എസ്. പിക്കാർ പുത്തുരില്ലൂടെ മദിച്ചനടന്നു. തെങ്ങുംതറ മേനോന്റെ വീട്ടിലായിരുന്നു പൊലീസ് ക്യാമ്പ്. മൂക്കുവൻ ഗോപാലൻ എന്ന എം. എസ്. പിക്കാരന് 303 റൈഫിൾ കൊടുത്ത് എം. എസ്. പി. ജമേദാർ ആഞ്ജാപിച്ചു: 'തോക്ക് വെറുതെ കൊണ്ടുവരരുത്. '

23ന് പുലർച്ചെ വീട്ടിൽനിന്നിറങ്ങിയ കുഞ്ഞമ്പുവിന് അപകടം മണത്തു. നാല്യഭാഗത്തും എം. എസ്. പി. പതിയിരിക്കുന്നു. കോട്ടക്ക ന്നിൽ ക്യാമ്പ് ചെയ്യുന്നു. പ്പന്നക്കോടൻ കുഞ്ഞിക്കണ്ണനും തോട്ടോൻ വളപ്പിൽ കറുത്തമ്പുവും വൈകാതെ കൂടെയെത്തി. കോട്ടക്കന്നിലെ എം. എസ്. പിക്കാരുടെ കണ്ണുവെട്ടിച്ച് വടക്കോട്ട് രാങ്കാട്ടിലേക്ക് അവർ ഓടി. അവിടെയും പോലീസ്. കമ്മാടംപാറയിലേക്കായിരുന്നു അടുത്ത ഓട്ടം. അതിനുമപ്പുറം കർണ്ണാടക ജില്ലയാണ്. എം. എസ്. പിക്ക് അധികാര മില്ലാത്തയിടം. അവിടെ കാലുകുത്തിയതോടെ രക്ഷപ്പെട്ടെന്ന് മൂവരും കരുതി. അപ്പോഴേക്കും വെടി പൊട്ടിയിരുന്നു. തല പിളർന്ന് കുഞ്ഞമ്പു താഴെ വീണു. മറ്റ രണ്ടുപേരും ഓടി രക്ഷപ്പെട്ടു.

ദൃക്സാക്ഷിയായി നടുങ്ങിനിന്ന ഏരത്തെപ്പുരയിൽ രാമൻ മൂപ്പനെയും പോലീസ് വെറുതെവിട്ടില്ല. ജഡം ചുമപ്പിച്ചു. ഒരു നാഴികക്കപ്പുറം മുണ്ടി ക്കുന്നിൽ ശവമുപേക്ഷിച്ചു. ഉത്തരവ് കിട്ടാതെയാണവർ വെടിവച്ചത്. രക്ഷപ്പെടാൻ അജ്ഞാത ജഡമാണെന്ന വരുത്തി. കുഞ്ഞമ്പുവിന്റെ പ്രി യപ്പെട്ട പട്ടിയെപ്പോലും പൊലീസ് വെറുതെവിട്ടില്ല. അതിനെ വെടിവച്ച കൊന്നു. കീനേരി ചന്ദ്രാരനാണ് ഒറ്റുകാരനായി പ്രവർത്തിച്ചത്.

വൈപ്പിരിയത്ത് സമ്മേളിച്ചവരിൽ ഒരുഗ്രൂപ്പ് ആലപ്പടമ്പിലേക്കാണ് നീങ്ങിയത്. സമയം രാത്രി ഒരുമണി. പാനീസ് വെളിച്ചത്തിൽ ശ്രീ ധരൻമാസ്റ്ററുടെ തെക്കേമഠത്തിലേക്കവർ പ്രവേശിച്ചു. മഠത്തിന്റെ

അഴിവാതിലിന് പ്രത്യേകതരം താഴുണ്ട്. ഇ. വി. കുഞ്ഞിക്കണ്ണൻ അത് തുറന്നു. കുറേപ്പേർ പുറത്ത് കാവൽനിന്നു. അടുത്തൊന്നും മറ്റ വീട്ടുകളില്ല. ഉള്ളത് നാരായണൻനമ്പീശന്റെ വടക്കേമഠം. അവിടെനിന്ന് വരുന്ന വരെ തടയാൻ കുറച്ചപേരെ ചുമതലപ്പെടുത്തി. അകത്തുകയറിയവർ നമ്പീശന്റെ ഇരട്ടക്കുഴൽതോക്ക് പിടിച്ചെടുത്തു. തടയാൻ വന്നവരെ ചെറുത്തു. നെയ്ഭരണിയും ഉപ്പിലിട്ട മാങ്ങയും മറ്റപലതുമെടുത്തു. ആക്രമണത്തിന്റെ വേദനയെന്തെന്ന് മഠക്കാർ ആദ്യമായി അറിഞ്ഞു.

ഇനിയവിടെ നിൽക്കരുത്. ഇരുട്ട് മുറിച്ച് ധൃതിയിൽ നടന്നു. ആദ്യം എരമത്തേക്ക്. വഴിയിൽവച്ച് ചിലർ പിരിയുകയും ചിലർ ചേരുകയും ചെയ്തു. തവിടിശ്ശേരിയും പെരുന്തട്ടയും കടന്ന് ചട്ട്യോൾ വഴി സംഘം കുറ്റരിൽ എത്തി. കുറ്റർ മഠത്തിൽ എം. എസ്. പി. ക്യാമ്പുണ്ട്. പൊലീസിന്റെ കണ്ണിൽപ്പെടാതെ രക്ഷപ്പെടാനുള്ള വഴി യൊരുക്കി അവിടെ നാലുപേർ കാത്തിരിപ്പുണ്ടായിരുന്നു. ഒന്ന്, സി. പി. നാരായണൻ എന്ന ഇരുപതുകാരൻ. കുറ്റരിലെ കർഷകസംഘം സ്ഥാപകനേതാക്കളിലൊരാളായ ആർ. കെ. കണ്ണന്റെയും ചാലിൽപ്പ രയിൽ കുഞ്ഞാതിയുടെയും മകൻ. മറ്റൊരാൾ വി. വി. കുഞ്ഞിക്കണ്ണൻ. വേങ്ങയിൽ നായനാരുടെ മൂന്നാം കാര്യസ്ഥൻ കണ്ടങ്കോൽ കോരന്റെ രണ്ടാമത്തെ മകൻ, പിന്നെ നാലുപുരപ്പാട്ടിൽ കണ്ണനും വണ്ണത്താൻ നാരായണനും.

പേരുൽവഴി വന്ന സംഘവും കുറ്റരിലെത്തി. ടി. വി. നാരായണന്റെ വീട്ടിൽ ഭക്ഷണമൊരുക്കാനാണ് തീരുമാനമെങ്കിലും അത് നടപ്പായില്ല. കുറ്റരിൽ പി. വി. കണ്ണൻ കാരണവരുടെ വീട്ടിൽ രഹസ്യമായി ഭക്ഷണ മൊരുക്കിയിരുന്നു. മുച്ചിലോട്ടെ കാരണവരാണ് കണ്ണൻ. ഏതാനും വാര അകലെയാണ് വേങ്ങയിൽ മഠം. ആരുമറിയാതെ ഭക്ഷണവും വിശ്രമവും കഴിഞ്ഞ് മൂന്നുമണിയോടെ സഖാക്കൾ കുറ്റർ വിട്ടു. സംഘം പെരുവാമ്പ, കുന്ത്രും വഴി കക്കരയിലെത്തി. ഗാന്ധിസ്മാരക സ്കൂളിൽ ഭക്ഷണ മൊരുക്കി. ഏതാനുംപേർ കാത്തിരിപ്പുണ്ട്. പോത്തേര ദാമോദരൻ നമ്പ്യാർക്കായിരുന്ന ചുമതല. കുമ്പറംകുന്നിനു മുകളിൽ ഏതാനും പേരെ സെൻട്രി നിർത്തി മറ്റുള്ളവർ ഉറങ്ങാൻ കിടന്നു. സ്ഥലത്തെ ജന്മി ഗുണ്ടകളായ കുപ്പാടക്കൻ രാമറുകുട്ടി നമ്പ്യാരും മറ്റും തങ്ങളെ കണ്ടോയെന്ന് ചിലക്ക് സംശയമുദിച്ചു. 'ഉടൻ സ്ഥലം വിടാം'-കുഞ്ഞാ പ്പമാഷ് നിർദ്ദേശിച്ചു. രാത്രിതന്നെ കിഴക്കോട്ട് നീങ്ങി. വിജനമായ കാടും പാറക്കെട്ടുകളും കടന്നുള്ള യാത്ര. വഴിയറിയാവുന്നവർ മുമ്പിൽ നടന്നു. ഉച്ചത്തിൽ സംസാരിച്ചുകൂട. വേണ്ടത്ര വെളിച്ചമില്ല. സുമാർ ലക്ഷ്യംവ ച്ചാണ് നടപ്പ്. അൽപനേരം ഇരിക്കാൻ ഇടം ഫിട്ടിയാൽ നേതാഹൾ

രാഷ്ട്രീയകാര്യങ്ങൾ വിശദീകരിക്കും. സ്റ്റഡിക്ലാസ് തന്നെ. വേണ്ടത്ര അനുഭവങ്ങളില്ലാത്ത ചിലരും സംഘത്തിലുണ്ട്. ആപൽഘട്ടത്തിൽ എന്തുചെയ്യണമെന്നറിയില്ല. മാവിലാചിണ്ടൻനമ്പ്യാർ അതൊക്കെ പറഞ്ഞുകൊടുക്കും.

കട്ടക്കാരവും നായിക്കോലും ചെറുകുളവും മാതനാർകല്ലും കടന്ന് നരമ്പിൽത്തട്ടിലെത്തുമ്പോഴേക്കും നേരം പുലർന്നിരുന്നു. വിശപ്പ് സഹിക്കാനാവുന്നില്ല. ആലപ്പടമ്പ്‌മഠത്തിൽ നിന്നെടുത്ത നെയ്യ്‌കുറേശ്ശ അലിച്ചിറക്കിയപ്പോൾ ചെറിയൊരാശ്വാസം. നാഗക്കെട്ടിൽ കുറച്ച് നേരം കിടന്നു.

അപ്പോഴേക്കും കൊടക്കൽ തറവാട്ടിലെ കുഞ്ഞിരാമൻ നമ്പ്യാരുടെ മകൻ കോണത്ത് ചന്ദ്രൻനമ്പ്യാർ ഒരു ചെമ്പുനിറയെ ചായയുമായെ ത്തി. പാത്രത്തിൽ കുറച്ച് അവിലും. പാർട്ടി അനുഭാവിയാണ് ചന്ദ്രൻ നമ്പ്യാർ. ആലം മരത്തിന്റെ ഇലകോട്ടി ആർത്തിയോടെ എല്ലാവരും ചായ കുടിച്ചു. പാറപ്പുറത്തെ മരത്തണലിലായിരുന്നു അന്ന്‌വൈകുന്നേരം വരെ വിശ്രമം.

സന്ധ്യക്ക് യാത്ര തുടർന്നു. കാരക്കാട്ട്, മച്ചി വഴി ചെറുപുഴ എത്തി. ചെറുപുഴയിൽ ആലപ്പടമ്പുകാരൻ സി. വി. കേളുവിന് റേഷൻ കടയുണ്ട്. കട അടച്ചിരുന്നു. കേളു താമസം അവിടെത്തന്നെ. വിളിച്ചുണർത്തി ഒരു ചാക്ക് അരിവാങ്ങി മൂന്ന് ചുമടാക്കി. നല്ലോൻപുഴ കടന്ന് അക്കരെ യെത്തിയപ്പോഴാണ് ശ്വാസം നേരെ വീണത്. തെക്കൻ കർണ്ണാടക ജില്ലയാണ്. ഇനി എം. എസ്. പിയെ ഭയക്കേണ്ടല്ലോ.

പാതകം പെയ്ത പാതിര

സമയം രാത്രി പത്തുമണി. മുനയൻകുന്ന് ലക്ഷ്യമാക്കി അവർ നടക്കുകയാണ്. ദൂരെ മലമുകളിൽ വേട്ടവരുടെ ഇടികൊട്ടിന്റെയും പാട്ടിന്റെയും ശബ്ദം. ഒന്നരനാഴികദൂരം പിന്നിട്ടുകാണം. കുന്നിറങ്ങി നേരെ എത്തിയത് ഒരു സമതലപ്രദേശത്ത്. ചുറ്റും കാടും കുരുമുളക് വള്ളികളും. മുനിഞ്ഞുകത്തുന്ന റാന്തൽ വെളിച്ചവുമായി അവിടെയൊരു ചിറ്റാരി. വേങ്ങയിൽ നായനാരുടെ ചിറ്റാരി പോലെ വലിയ മാളികയൊന്നമല്ല. പുനം കൃഷിയുടെ നെല്ല് സൂക്ഷിക്കാനുള്ള മുളങ്കുടിൽ. ഓടപ്പായ കൊണ്ടുള്ള മേൽക്കൂര. മുളംചെറ്റകൊണ്ടുള്ള ചുമർ. സർവവും മുളയും ഓടയും കൊണ്ട് നിർമിച്ചത്. മുറിക്കകത്ത് നെല്ലിട്ടു വെക്കാനുള്ള തട്ടാൻ കണ്ണി അഥവാ ഓടകൊണ്ട് നിർമ്മിച്ച വലിയകൊട്ട. അതിൽ നെല്ലിടും. അതിനുമുകളിൽ പുന്നയിലയിടും. വീണ്ടും നെല്ല്, പുന്നയില.

പണിക്കാരോട് എന്തോ സംസാരിച്ചിരിക്കുകയായിരുന്ന ചിറ്റാരിയുടമ ചെഞ്ചേരിയൻ കൃഷ്ണൻ നായർ ആഗതരെക്കണ്ട് മുറ്റത്തിറങ്ങി. കമ്യൂണിസ്റ്റനുഭാവിയായ അദ്ദേഹത്തിന് നേരത്തേ സൂചന ലഭിച്ചിട്ടുണ്ട്. കൃത്യമായ വിവരമൊന്നുമില്ല. പെരങ്ങോംകാരനായ അദ്ദേഹം പുനം കൃഷിക്കുവേണ്ടി വന്നതാണ്. പരിചയക്കാരനായ എം. പി. കുമാരൻ സംഗതി പറഞ്ഞു. 'രണ്ടുദിവസം താമസിക്കാൻ സൗകര്യം വേണം. വീട് ഒഴിഞ്ഞുതരണം.' കൃഷ്ണൻ നായർക്ക് സന്തോഷം. 'അരിവേണോ?'- അദ്ദേഹം ആരാഞ്ഞു. 'നെല്ലുണ്ട്. കുത്തേണ്ടി വരുമെന്ന മാത്രം.' 'വേണ്ട. തൽക്കാലത്തേക്ക് അരി സ്റ്റോക്കുണ്ട്. നെല്ലു കുത്തുന്ന ഒച്ച പുറത്തേക്കെത്തിയാൽ അപകടമാണുതാനും.'-കുഞ്ഞാപ്പ മാഷ് പറഞ്ഞു.

നിമിഷങ്ങൾക്കകം കൃഷ്ണൻനായർ ചിറ്റാരി ഒഴിഞ്ഞു. പണിക്കാരും ഇരുളിൽ മറഞ്ഞു. പണക്കാരിയായ ഉമ്പിച്ചിയെന്ന ചിരുതയും ഭർത്താവ് രാമനും മാത്രം അവശേഷിച്ചു. ഭക്ഷണമുണ്ടാക്കാനും മറ്റും സഹായമായി ക്കോട്ടെ എന്ന കരുതിയാണ് അവരെ അവിടെ നിർത്തിയത്.

എല്ലാവരും കോലായിലും അകത്തുമായി സാധനങ്ങളും ആയുധങ്ങ ളും ഇറക്കിവച്ചു. വഴിയിൽ നിന്ന് ഒഴിഞ്ഞുപോയ ചിലരുണ്ട്. പുതുതായി ചേർന്നവരുണ്ട്. റാന്തൽ വെട്ടത്തിലാണെങ്കിലും എല്ലാവരെയും നേരെ ചൊവ്വെ ഒന്നിച്ച് കാണാൻ കഴിഞ്ഞതിൽ കുഞ്ഞാപ്പമാഷിന് സന്തോഷം. അദ്ദേഹം ആൾക്കാരുടെ എണ്ണമെടുത്തു തുടങ്ങി.

കോറോംകാർ തന്നെ ഭൂരിപക്ഷം. എ. വി. ചിണ്ടൻ. കെ. അബ്ദുൾ ഖാദർ, പാപ്പിനിശ്ശേരി കേളനായർ, പാപ്പിനിശ്ശേരി കൃഷ്ണൻ നായർ, മൊടത്തറ ഗോവിന്ദൻ നമ്പ്യാർ, പള്ളത്ത് കേശവൻ നമ്പൂതിരി, എൻ. കോരൻ, പാവ്വർ കണ്ണൻ, മാരാങ്കാവിൽ കുഞ്ഞമ്പു, വി. സി. കണ്ണൻ നായർ, തുരുത്തിപ്പള്ളി കൊട്ടൻ, മാക്കിനാടി അമ്പു, നടുവളപ്പിൽ അപ്പ, തോട്ടത്തിൽ അമ്പു, കാനാപ്പള്ളി അമ്പു, വെളിച്ചന്തോടൻ കണ്ണൻ നമ്പ്യാർ, തെക്കെണ്ടത്തിൽ കണ്ണൻ, എന്നിങ്ങനെ 17 പേർ. ആലപ്പടമ്പിൽ നിന്ന് 5 പേർ. കുന്നമ്മൽ കുഞ്ഞിരാമൻ, മാവിലാ ചിണ്ടൻ നമ്പ്യാർ, എം. വി. ചാത്തനായർ. കല്ലത്ത് കണ്ണൻനായർ, ഇ. വി. കുഞ്ഞിക്കണ്ണൻ നമ്പ്യാർ എന്നിവർ. പയ്യന്നൂരിൽ നിന്ന് പി. കണ്ണൻ നായരും കെ. എ. ചിണ്ടപ്പൊതുവാളും. കാങ്കോലിൽ നിന്ന് കെ. വി. കുട്ടിയും പനയന്തട്ട നാരായണൻ നമ്പ്യാരും. പെരളത്തുനിന്ന് പരങ്ങോൻ കുഞ്ഞിരാമൻ, കൊഴുമ്മലിലെ വി. വി. കുഞ്ഞമ്പുസറാപ്പ്. കരിവെള്ളൂരിലെ മൂന്നുപേർ: പി. വി. വെളുത്തമ്പുമാസ്റ്റർ, പരിയാരത്ത് പയ്യാടക്കൻ കൃഷ്ണൻനായർ, വത്തക്കേൻ കണ്ണൻ. കുന്നമ്മൽ കണ്ണൻ(വടശ്ശേരി), കെ. ചിരുകണ്ടൻ (പാടിച്ചാൽ), സി. പി. നാരായണൻ, വി. വി. കുഞ്ഞിക്കണ്ണൻ, നാല്യപെരപ്പാട്ടിൽ കണ്ണൻ (കുറ്റൂർ), കോരൻ വൈദ്യർ (മുത്തത്തി), എം. പി. കുമാരൻ (കണ്ടോത്ത്), സി. പി. കൃഷ്ണൻ നായർ (പെരിങ്ങോം), പനയന്തട്ട കണ്ണൻ നമ്പ്യാർ (ചിറ്റാരിക്കൽ), എം. കൃഷ്ണൻ നായർ (പിലിക്കോട്) എന്നിവർ കൂടി ചേരുമ്പോൾ മൊത്തം 42 പേർ. മിക്കവാറും കോറോം, ആലപ്പടമ്പ്,. കുറ്റൂർ, പ്രൊപ്പൊയിൽ നെല്ലെടുപ്പ് കേസിലെ പ്രതികൾ.

വിവിധ സ്ക്വാഡുകളാക്കി തിരിക്കലായിരുന്നു ആദ്യജോലി. ഭക്ഷണം, ആയുധം സൂക്ഷിക്കൽ, ക്യാമ്പ് സംരക്ഷണം, ബീഡി വിതരണം. നാലിനും ഓരോ സ്ക്വാഡ്. എല്ലാവരും പരിസരപ്രദേശം സൂക്ഷ്മമായി പഠിച്ചു. മുനയൻകുന്ന് എന്നാണ് പേരെങ്കിലും തങ്ങൾ

നിൽക്കുന്നത് കുന്നിലല്ല. മൂന്നുഭാഗത്തുമാണ് കുന്നുകൾ. നടുവിൽ ക്യാമ്പ്. കാട്ടുകൾക്കിടയില്ലൂടെ അത്ര പെട്ടെന്നൊന്നും ശത്രുക്കൾക്ക് വന്നെത്താനാവില്ല. പടിഞ്ഞാറ് നിന്നുള്ള ഒറ്റയടിപ്പാതയിലാണ് കണ്ണ് വേണ്ടത്.

തുടർന്ന് കുഞ്ഞാപ്പമാഷിന്റെയും കണ്ണൻ നായരുടെയും സ്റ്റഡി ക്ലാസായിരുന്നു. ചൈനയിലെ കർഷകമുന്നേറ്റവും തെലങ്കാനയിലെ പോരാട്ടവും അവർ ഓർമ്മിപ്പിച്ചു. തങ്ങൾ ഏറ്റെടുത്തിരിക്കുന്ന ദൗത്യത്തിന്റെ ചരിത്രപ്രാധാന്യം ബോധ്യപ്പെടുത്തി. പൊലീസ് വന്നാൽ എന്തൊക്കെ ചെയ്യണമെന്ന് വിശദീകരിച്ചത് കെ. എ. ചിണ്ടപ്പൊഴു വാളം, മാവിലാ ചിണ്ടൻനമ്പ്യാരുമാണ്. 'വെടിവെക്കുമ്പോൾ കമിഴ്ന്നു കിടക്കണം. അറസ്റ്റ് ചെയ്യാൻ വന്നാൽ മണലോ മണ്ണോ വാരി പൊലീസിന്റെ കണ്ണിലെറിയണം. കണ്ണീർ വാതകം പ്രയോഗിച്ചാൽ കണ്ണിൽ ഉള്ളി തേക്കണം.' രാത്രി ഏറെ വൈകിയാണ് കിടന്നത്. അന്ന് തീയതി ഏപ്രിൽ 27.

പിറ്റേന്ന് എല്ലാവരും നേരത്തേ എഴുന്നേറ്റു. അച്ചടക്കം പാലിക്കണമെന്നും ജാഗ്രതവേണമെന്നും എം. പി. കുമാരൻ ആവർത്തിച്ചു പറഞ്ഞു കൊണ്ടിരുന്നു. തലകുല്ക്കി സമ്മതിച്ച ചിലർ തന്നെ നല്ലോൻ പുരയിൽ കുളിക്കാൻ പോയി. ബ്ലേഡ് വാങ്ങാൻ പാടിയോട്ടചാലിൽ പോയി.

മറ്റുള്ളവർ കൃത്യമായും അച്ചടക്കം പാലിച്ചു. ചിലർ ചിറ്റാരിയുടെ കോലായിരുന്ന് കയ്യിൽ കരുതിയ സോവിയറ്റ് പുസ്തകങ്ങൾ ശബ്ദംതാഴ്ത്തി വായിച്ചു. വിദ്യാർത്ഥിയായ ഇ. വി. കുഞ്ഞിക്കണ്ണൻ സി. പി. എസ്. യു ചരിത്രം മറ്റുള്ളവർക്ക് വായിച്ചുകൊടുത്തു. '1917ൽ പണ്ടൊരിക്കലും ഉണ്ടായിട്ടില്ലാത്ത വിധം പണിമുടക്കങ്ങളുടെ വേലിയേറ്റമുണ്ടായി. വിപ്ലവം ആരംഭിച്ച കഴിഞ്ഞു. എല്ലാ സമരങ്ങൾക്കും വേണ്ടി എല്ലാവരും തെരുവിലിറങ്ങുക.'- ബോൾഷെവിക് പാർട്ടിയുടെ പെട്രോഗ്രാഡ് കമ്മിറ്റി ആഹ്വാനം ചെയ്തു. തൊഴിലാളികളുടെ സ്വാധീനത്തിനുവഴങ്ങി പട്ടാളക്കാർ ബയണറ്റുകൾ സ്വേച്ഛാപ്രഭുത്വത്തിനെതിരെ ച്ചണ്ടി. പട്ടാള വിഭാഗങ്ങൾ തൊഴിലാളി പ്രകടനങ്ങളിൽ അണിചേർന്നു. സ്വേച്ഛാപ്ര ഭുത്വഭരണം അവസാനിച്ചു. ബോൾഷെവിക് പാർട്ടി അണ്ടർഗ്രൗണ്ടിൽ നിന്നും വെളിയിൽ വന്നു. റഷ്യയിലെപ്പോലെ ഇവിടെയും പൊലീസ് തങ്ങളുടെ കൂടെ ചേർന്ന് ജൻമിമാർക്കെതിരെ തോക്ക് ച്ചണ്ടമെന്നും, സ്വേച്ഛാധിപത്യഭരണം അവസാനിക്കുമെന്നും മുനയൻകുന്നിലിരുന്ന് അവർ സ്വപ്നം കണ്ടു. ഇടത്ത് കോട്ടയിൽ ബാലകൃഷ്ണൻ നമ്പ്യാർ കൊടുത്തയച്ച അരിയുമായി ഒരു പണിക്കരാൻ വന്നു. ദൗത്യം കഴിഞ്ഞയുടൻ അയാൾ തിരിച്ചപോയി.

രാത്രി എം. പി. കുമാരൻ അച്ചടക്കത്തിന്റെ കാര്യം വീണ്ടും ഓർമ്മിപ്പി ച്ചു. പുഴയിൽ കുളിക്കാൻ പോയവരെ ശാസിച്ചു. ഒളിവുകാല നിയമങ്ങൾ എന്തൊക്കെയെന്ന് എണ്ണിയെണ്ണിപ്പറഞ്ഞുകൊടുത്തു. അഴീക്കോട്ടുനിന്ന് പാടിച്ചാലിലെത്തി മലഞ്ചരക്കുകച്ചവടം നടത്തുന്ന മൊയ്തു സായ്‌വിന്റെ സിൽബന്തിയായ കണ്ണക്കാരത്തി മമ്മദിന്റെ പറമ്പിൽനിന്നാണ് ചക്കപെറിച്ചതെന്നും മമ്മദിനെ സൂക്ഷിക്കണമെന്നും പ്രത്യേകം പറഞ്ഞു. കുഞ്ഞാപ്പമാഷ് സ്റ്റഡിക്ലാസെടുത്തു. സംരക്ഷണ സ്ക്വാഡുകാരുടെ കാവലോടെ രണ്ടാംദിവസവും എല്ലാവരും സുഖമായി ഉറങ്ങി. 29നും സമാനമായിരുന്ന സ്ഥിതി.

ഇതേസമയം പുറത്ത് ചിലർ ക്യാമ്പിലെ സഖാക്കൾക്ക് ഭക്ഷണവും ആയുധവുമെത്തിക്കാൻ കഷ്ടപ്പെടുന്നുണ്ടായിരുന്നു. അവരിലൊരാളാണ് കോറോത്തെ പനയന്തട്ട ഇടയിലെ വീട്ടിൽ ചെറിയ രാമൻ നമ്പ്യാർ എന്ന പി. ഇ. കുഞ്ഞിരാമൻ നമ്പ്യാർ. സി. കെ. കണ്ണൻനായരുടെയും പി. ഇ. ലക്ഷ്മിയമ്മയുടെയും മകനായ ഈ മുപ്പത്തഞ്ചുകാരന് സ്കൂൾ വിദ്യാ ഭ്യാസമേ ലഭിച്ചിട്ടില്ല. കാലിമേയ്ക്കലിനോടൊപ്പം രാഷ്ട്രീയപ്രവർത്തനത്തി നിറങ്ങിയ കുഞ്ഞിരാമൻ 1942ൽ കൃഷ്ണപ്പിള്ളയുടെ സാന്നിധ്യത്തിൽ കോറോത്ത് പാർട്ടി സെൽ രൂപീകരിച്ചപ്പോൾ പാർട്ടിയംഗമായതാണ്. ആലക്കാട്ടെ നെല്ലെടുപ്പിൽ പങ്കെടുത്ത കുഞ്ഞിരാമൻ പൊലിസിന്റെ തോക്ക് തട്ടിയെടുത്ത കേസിലും പ്രതിയായി. ഒളിവിൽ പോയത് കമ്പല്ലൂരിലേക്കാണ്. അനുജൻ കണ്ണൻ നമ്പ്യാരുടെ വീട്ടിലേക്ക്. അവിടെ കഴിയുമ്പോഴാണ് മുനയൻകുന്നിലേക്ക് സഖാക്കൾ പുറപ്പെട്ട വിവരമറിഞ്ഞത്. മുനയൻകുന്നിൽ നിന്ന് ഏതാനും നാഴികയേയുള്ളൂ കമ്പല്ലൂരിലേക്ക്.

ഏപ്രിൽ 29ന് കുഞ്ഞാപ്പമാസ്റ്റർ കുഞ്ഞിരാമൻനമ്പ്യാരെ കാണാനെത്തി. '18 തോക്കുകളേ കയ്യിലുള്ളൂ. കുറച്ച് തോക്കുകൾ കൂടി വേണം.' -മാഷ് പറഞ്ഞു. 'ചിറ്റാരിക്കൊവ്വലിലെ പട്ടേലർ കോറോത്ത് കുഞ്ഞിരാമന്റെ വീട്ടിൽ ഇരട്ടക്കുഴൽ തോക്കുണ്ട്. അത് വാങ്ങിക്കൊ ണ്ടുവരണം. 'മാഷുടെ നിർദ്ദേശപ്രകാരം നമ്പ്യാർ പട്ടേലരുടെ വീട്ടിലെ ത്തി. പട്ടേലർ സ്ഥലത്തുണ്ടായിരുന്നില്ലെങ്കിലും തോക്ക് കിട്ടി. ഒറ്റേൻ ചിരുകണ്ടന്റെ കൈയിൽ അത് ക്യാമ്പിലേക്ക് കൊടുത്തയച്ചു. നമ്പ്യാർ കമ്പല്ലൂരിലേക്ക് മടങ്ങി.

ഏപ്രിൽ 30. എം. എസ്. പി. വരാനിടയുണ്ടെന്ന് എം. പി. കുമാരൻ മുന്നറിയിപ്പ് നൽകി. കുഞ്ഞാപ്പ മാസ്റ്റർ ഭാവിപരിപാടികൾ വിശദീക രിച്ചു. 'നാളെ നമുക്ക് കുടക് ഭാഗത്തേക്ക് മാറണം. അവിടെയെത്തി യാൽ പൊലീസ് സ്റ്റേഷൻ അക്രമിച്ച് ആയുധം കൈക്കലാക്കണം.

സമ്പന്നരുടെ സ്വത്ത് പിടിച്ചെടുത്ത് കുടകിലെ പാവങ്ങൾക്ക് വിതരണം ചെയ്യണം. അവരുടെ പിന്തുണയോടെ പാർട്ടി കെട്ടിപ്പടുക്കണം.' പുളിങ്ങോം മുണ്ടറോട്ടവഴി കുടകിലേക്ക് എളുപ്പവഴിയുണ്ട്. ഭവിഷ്യത്തു കളെക്കുറിച്ചൊന്നും ആരും ആലോചിച്ചില്ല.

സന്ധ്യയോടെ കുഞ്ഞാപ്പമാഷ്, കണ്ണൻനായർ, കോയിസായ്വ്, പെരിയാരത്ത് കൃഷ്ണൻ നായർ എന്നിവർ കിഴക്കെ എളേരി ഭാഗത്തേ ക്ക് പോയി. ഭക്ഷണസാധനങ്ങൾ സംഘടിപ്പിക്കലായിരുന്ന ലക്ഷ്യം. വീട്ടുകളിൽ ചെന്ന് അരിയും സാധനങ്ങളും ശേഖരിച്ച് തിരിച്ചെത്തുമ്പോൾ രാത്രി വൈകിയിരുന്നു.

പതിവുപോലെ യോഗം ചേർന്നു. കുഞ്ഞാപ്പമാഷും കണ്ണൻ നായരും പിറക്കാനിരിക്കുന്ന മെയ്ദിനപ്പുലരിയെക്കുറിച്ചാണ് ആദ്യം സംസാ രിച്ചത്. 1886ൽ ചിക്കാഗോയിൽ നടന്നത് വെറുമൊരു തൊഴിലാളി റാലിയല്ല, ചരിത്രത്തിന്റെ ദിശമാറ്റിയ മഹാസംഭവമായിരുന്നു. എട്ടുമ ണിക്കൂർ അദ്ധ്വാനം, എട്ടുമണിക്കൂർ വിശ്രമം, എട്ടുമണിക്കൂർ വിനോദം ഈ മുദ്രാവാക്യം കേട്ട് അമേരിക്കൻ സാമ്രാജ്യത്വം ഞെട്ടി. പ്രക്ഷോ ഭത്തിന് നേതൃത്വം നൽകിയ ഓഗസ്റ്റ് സ്പൈസ്, ഏണസ്റ്റ് ഫിഷൻ, ജോർജ് എംഗൽസ്, ഹാർസൺസ് എന്നിവരെ ചിക്കാഗോ ജയിലിൽ ഇളക്കിക്കൊന്നു. കൊലമരത്തിലേറുംമുമ്പ് ഓഗസ്റ്റ് സ്പൈസ് ഗർജ്ജി ച്ചു. 'ഇപ്പോൾ നിങ്ങൾക്ക് ഞങ്ങളുടെ വാക്കുകളെ ഞെരിച്ചുകൊല്ലാം. എന്നാൽ ഞങ്ങളുടെ മൗനം വാചാലമാകുന്ന കാലം വരും.' കുഞ്ഞാപ്പ മാഷ് പറഞ്ഞുനിർത്തിയപ്പോൾ സഖാക്കളുടെ കണ്ണിൽ പുതിയൊരു തിളക്കം. നാളെ രാവിലെ ചെറുപുഴ പോകണം. മെയ്ദിന പതാക ഉയർ ത്തണം. തിരിച്ചുവന്നശേഷം ക്യാമ്പ് വിടാം. അതുവരെ നടന്ന പ്രവർത്ത നങ്ങൾ പരിശോധിച്ച് വിലയിരുത്തിയതോടെ രാവേറെയായി. 'ഇനി വൈകേണ്ട. കിടക്കാം. രാവിലെ പുറപ്പെടേണ്ടതാണ്. ' കണ്ണൻനായർ നിർദ്ദേശിച്ചു. സംരക്ഷണസ്ക്വാഡിൽപ്പെട്ട പനയന്തട്ട കണ്ണൻനമ്പ്യാർ ക്കും, പാപ്പിനിശ്ശേരി കേളുനായർക്കുമായിരുന്നു അന്നത്തെ കാവൽ ഡ്യൂട്ടി. ചിറ്റാരിയുടെ മുഖം പടഞ്ഞാറോട്ടാണ്. ഒറ്റയടിപ്പാതയും ആ ഭാഗത്താണ്. പറമ്പിന്റെ പ്രവേശനകവാടത്തിലും കുടിൽ മുറ്റത്തും അവർ കാവൽ നിന്നു. മറ്റുള്ളവർ ഉറങ്ങാൻ കിടന്നു. ചിലർ കോലായയിൽ, മറ്റ ചിലർ അകത്ത്.

നിനച്ചിരിക്കാതെ ചാരനെപ്പോലെ എവിടെനിന്നോ തണുത്ത കാറ്റ് വന്നു. പിന്നാലെ ചാറ്റൽ മഴയും. കളത്തിൽ കിടന്നവർ ഞെട്ടിയുണർന്നു. അകത്തേക്ക് പോയി. പറമ്പിന്റെ കവാടത്തിലെ കാവൽ പിൻവലിച്ചു. കുടിലിന്റെ മുറ്റത്ത് മാത്രമായി കാവൽ. സെൻട്രികൾ മൂവരും പിന്നെ

കോലായിൽ മഴ നനയാതെ നിന്നു. സുഖകരമായ തണുപ്പ്. പതുക്കെ എല്ലാവരുടെയും കണ്ണുകളടഞ്ഞു.

സമയം പുലർച്ചെ മൂന്നു മണി. മെയ്ദിനം പിറക്കുന്നു. അതൊരു ശനി യാഴ്ചയായിരുന്നു. അരണ്ട നിലാവെളിച്ചമുണ്ട്. പെട്ടെന്ന് കണ്ണുകൾ ഉളച്ച കയറുന്ന വെളിച്ചം കണ്ട് ചില സഖാക്കൾ ഞെട്ടിയുണർന്നു. എം. എസ്. പി. തങ്ങളെ വളഞ്ഞകാര്യം അവർക്ക് ആദ്യം മനസ്സിലായില്ല. ആകാശത്തേക്ക് വിട്ട അമിട്ടുപോല്യുള്ള വേരിലൈറ്റിന്റെ പ്രകാശം മിന്നാലാണെന്നാണ് ആദ്യം കരുതിയത്. അരകിലോമീറ്റർ ചുറ്റളവില്യുള്ളതെല്ലാം കാണാൻ ആ വെളിച്ചം ധാരാളം. കാവൽക്കാരെ പൊലീസ് കണ്ടു. ചുവരിൽ ചാരിവച്ച തോക്കുകൾ കണ്ടു. പെട്ടെന്ന് 'ഷൂട്ട്' എന്ന അലർച്ച കേട്ടു. പിന്നാലെ വെടിശബ്ദം. ശത്രുക്കളാരോ വന്നെന്നും കാവൽ നിന്ന സഖാക്കൾ അവർക്കുനേരെ വെടിയുതിർത്തുവെന്നുമാണ് പലരും കരുതിയത്. ഞൊടിയിടയ്ക്കുള്ളിൽ മൂന്നു ഞരക്കങ്ങളയർന്നു. കാവൽ ക്കാരനായ പനയന്തട്ട കണ്ണൻ നമ്പ്യാർ ആദ്യം വെടിയേറ്റ് വീണു. ഇടർന്ന് മറ്റ രണ്ടു കാവൽക്കാരായ മൊടത്തറ ഗോവിന്ദൻ നമ്പ്യാരും, പാപ്പിനിശ്ശേരി കേളനായരും. സെൻട്രികളുടെ തൊട്ടുപിന്നിലായിരുന്ന കാക്കി ഹാഫ് ട്രൗസർ ധരിച്ച കുഞ്ഞാപ്പമാഷ്. നാലാമത്തെ വെടി അദ്ദേഹത്തിന്റെ നെഞ്ചു തുളച്ചു. തോക്കുകൾ കൂട്ടിവച്ചിടത്തേക്ക് എം. എസ്. പി. യുടെ മെഷീൻഗണ്ണുകൾ വെടിയുണ്ടകൾ വർഷിച്ചുകൊണ്ടിരുന്നു. സഖാക്കൾക്ക് തോക്കെടുത്തുപയോഗിക്കാൻ കഴിഞ്ഞില്ല. കുടിലിന്റെ മുളംചെറ്റല്ല് തുരുതുരാ ബുള്ളറ്റ് വന്ന് തറക്കുകയാണ്. എം. പി. കുമാരൻ കീശയില്യുണ്ടായിരുന്ന വിസിലെടുത്ത് ഊതി. സിഗ്നലാണെന്ന് കരുതി പോലീസ് വെടി നിർത്തി. ആ തക്കത്തിന് കുറേപ്പേർ ഓടിരക്ഷപ്പെട്ടു. കമാൻഡിംഗ് ഓഫീസർ വെടിനിർത്തിയവരെ ശകാരിച്ചു.

അകത്ത് തട്ടാൻകണ്ണിക്കടുത്ത് കിടക്കുകയായിരുന്ന കുന്നമ്മൽ കുഞ്ഞിരാമനും ഇ. വി. കുഞ്ഞിക്കണ്ണനും ഓടി രക്ഷപ്പെടാൻ തുടങ്ങിയ താണ്. 'ചവിട്ടല്ലേ സഖാവേ...' ഇരുട്ടിൽ നിലത്തുനിന്നും ആരുടെയോ ഞരക്കം. വെടികൊണ്ട് വീണവരിൽ ആരോ ആണ്. നിൽക്കുന്നത് ചോരയിലാണ്. മേലാകെ എവിടെ നിന്നോ ചോര വീഴുന്നു. ഇരുവരും തിരിച്ച് അകത്തേക്ക തന്നെ നടന്നു. തട്ടാൻകണ്ണിയുടെ മറവിൽ നിലം പതിഞ്ഞ് കിടന്നു.

പൊലീസ് അകത്തേക്ക് വരികയാണ്. ടോർച്ചടിച്ച് ഓരോരുത്ത രെയായി കണ്ടെത്തുന്നു. അറസ്റ്റ് ചെയ്യുന്നു. തോക്കുചെണ്ടി പുറത്തേക്ക കൊണ്ടുവരുന്നു. മുറ്റത്ത് കെട്ടിയിടുന്നു. മർദ്ദിക്കുന്നു. കുന്നമ്മൽ കുഞ്ഞി രാമനെയും ഇ. വി. കുഞ്ഞിക്കണ്ണനെയും കണ്ടെത്തിയയുടൻ പൊലീസ്

ബയണറ്റുകൊണ്ട് ആഞ്ഞുകുത്തി. ഇ. വി. കുഞ്ഞിക്കണ്ണന്റെ ഇടതുകൈ യുടെ നടുവിരൽ അറ്റ് തൂങ്ങി. ചങ്കപൊട്ടുമാറുള്ള ഒരു നിലവിളി മുള്ളൂര ഭേദിച്ച് ഇരുട്ടിൽ മുഴങ്ങി. ഇരുവരെയും മുറ്റത്ത് കൊണ്ടുനിർത്തി. പി. കണ്ണൻനായർ, സി. പി. നാരായണൻ, എ. വി. ചിണ്ടൻ തുടങ്ങിയവരെ യെല്ലാം അറസ്റ്റ് ചെയ്ത് പടിഞ്ഞാറെ കളത്തിൽ നിർത്തിയിരിക്കുന്നു. മാവിലാ ചിണ്ടൻ നമ്പ്യാർ, പരങ്ങേൻ കുഞ്ഞിരാമൻ, കെ. എ. ചിണ്ട പ്പൊതുവാൾ എന്നിവരെയൊക്കെ മുറ്റത്ത് നിർത്തിയിട്ടുണ്ട്. അവരുടെ അടുത്തേക്ക് കുന്നമ്മൽ കുഞ്ഞിരാമനേയും ഇ. വി. കുഞ്ഞക്കണ്ണനേയും കൊണ്ടുചെന്ന് നിർത്തി.

പൊടുന്നനെ മാവിലാ ചിണ്ടൻനമ്പ്യാരും, പരങ്ങേൻ കുഞ്ഞിരാമനും ചിണ്ടപ്പൊതുവാളും ഒറ്റയോട്ടം. ചുറ്റും കാടാണ്. രക്ഷപ്പെടാമെന്ന് കരുതി ചെയ്ത സാഹസം. 'ഫയർ'-പൊലീസ് മേധാവി അലറി. തോക്കുകൾ വീണ്ടും തീ ഉപ്പി. കുന്നമ്മൽ കുഞ്ഞിരാമന്റെ നെഞ്ചിൽത്തന്നെ വെടികൊണ്ടു. അവൻ നിലത്തുവീണു പിടഞ്ഞു. കെ. എ. ചിണ്ടപ്പൊ തുവാൾക്ക് തൊണ്ടയിലാണ് വെടി കൊണ്ടത്. പൊതുവാളും നിലം പതിച്ചു. ചിണ്ടൻ നമ്പ്യാർക്ക് വെടി ഇടതുകൈത്തണ്ടയിൽ. പരങ്ങേൻ കുഞ്ഞിരാമന്റെ ഇടതുച്ചുമലിൽ വെടികൊണ്ട് മാംസക്കഷണം തെറി ച്ചുപോയി. ചിണ്ടൻ നമ്പ്യാരും പരങ്ങേനും പക്ഷെ ഓടി രക്ഷപ്പെട്ടു. ഇ. വി. കുഞ്ഞിക്കണ്ണന്റെ ഇടതുകൈക്ക് വെടികൊണ്ടു. രണ്ടാമത്തെ വെടി ഇടതുപള്ളയിലായിരുന്നു. അത് വയർ തുളച്ച് പുറത്തേക്ക് പാഞ്ഞു. കുഞ്ഞിക്കണ്ണൻ കുന്നമ്മൽ കുഞ്ഞിരാമന്റെ ശരീരത്തിനുമേൽ കുഴഞ്ഞുവീണു. പ്രിയക്കൂട്ടുകാരൻ മരിച്ചിരിക്കുന്നു- പ്രാണനെരിയുന്ന വേദനക്കിടയിൽ കുഞ്ഞിക്കണ്ണൻ ഞെട്ടലോടെ തിരിച്ചറിഞ്ഞു. തൊട്ട പുറത്തുനിന്ന് അറുത്തിട്ട കോഴിയെപ്പോലെ ആരോ പിടക്കുന്നുണ്ട്. കെ. എ. ചിണ്ടപ്പൊതുവാൾ. മുൻപട്ടാളക്കാരനായ പൊതുവാൾ ഗുസ്തിക്കാര നെന്നാണ് അറിയപ്പെടുന്നത്. ആ ഉരുക്കുശരീരം അത്ര പെട്ടെന്നൊന്നും മരണത്തിന് കീഴടങ്ങാൻ ഭാവമില്ല. പൊതുവാൾ എഴുന്നേറ്റ് നിൽക്കാൻ ശ്രമിക്കുന്നു. വീഴുന്നു. വീണ്ടും എഴുന്നേൽക്കുന്നു. വീഴുന്നു. ഉച്ചക്ക് പന്ത്ര ണ്ടുമണിവരെ തുടർന്ന ഈ മരണപ്പിടച്ചിലിനിടയിൽ പൊലീസുകാരെ തെറിപറയുന്നമുണ്ട്.

കുഞ്ഞാപ്പമാഷും മൊടത്തറയും പനയന്തട്ട കണ്ണൻ നമ്പ്യാരും പാപ്പിനിശ്ശേരി കേളനായരും കോലായിൽ മരിച്ചുകിടക്കുന്നു. കുന്നമ്മൽ കുഞ്ഞിരാമൻ പുറത്ത്. ചിണ്ടപ്പൊതുവാൾ മരണത്തോട്ടുള്ള യുദ്ധത്തിൽ.

കേളനായരുടെ ഇളയമ്മയുടെ മകനായ പാപ്പിനിശേരി കൃഷ്ണൻ നായർക്ക് വലതുകാലിന്റെ തുടയിൽ പിൻഭാഗത്ത് വെടിയേറ്റ.

കൃഷ്ണൻനായർ ബോധംകെട്ട് വീണു. പാവ്വർകണ്ണന് വെടിയേറ്റത് ഇടതുകാലിൽ. കെ. വി. കുട്ടിക്കും ഇടതുകാലിനുതന്നെ.

ഇടതുഭാഗം മുഴുവൻ മരവിച്ചകിടക്കുകയായിരുന്ന ഇ. വി. കുഞ്ഞി ക്കണ്ണൻ. കൈ പൊങ്ങുന്നില്ല. 'വെള്ളം...വെള്ളം'- മരണം അടുത്തെ ത്തിയെന്ന് തോന്നിയ കുഞ്ഞിക്കണ്ണൻ ഞരങ്ങി. ഒരു പൊലീസുകാരൻ ഏന്തിവലിഞ്ഞൊന്നു നോക്കി. 'ഇതാരെടാ...നമ്മുടെ കൃഷ്ണൻനായരുടെ മോനല്ലേ...നീയെങ്ങനെ പൊന്നുമോനേ ഇവിടെയെത്തി'- മമ്മൂഞ്ഞി എന്ന ഹെഡ്കോൺസ്റ്റബിളിന് നേരത്തെ പരിചയമുണ്ടായിരുന്നു. പൊലീസുകാർക്ക് കുടിക്കാൻവച്ച ചായയിൽനിന്ന് ഒരു ഗ്ലാസ് കുഞ്ഞി ക്കണ്ണന് കൊടുത്തു. ചിണ്ടപ്പൊതുവാൾ കൈനീട്ടിയെങ്കിലും കൊടുക്കാൻ പൊലീസ് സമ്മതിച്ചില്ല.

അവശേഷിച്ച 12 പേരെ മുറ്റത്ത് കൊണ്ടുനിർത്തി. രണ്ടുപേരെ വീതം ചേർത്ത് കൈകൾ കെട്ടിയിട്ടു. ഉഴവുമാടുകളെപ്പോലെ ആറുജോഡി മനുഷ്യർ!

പണിക്കാരത്തി ചിരുത എന്ന ഉമ്പിച്ചി കുടിലിന്റെ മേൽക്കൂരയിൽ പതുങ്ങിയിരിക്കുകയായിരുന്നു. അവളുടെ കാലുപിടിച്ച് പൊലീസ് താഴോട്ടുവലിച്ചു. നിലത്തെത്തിയ ആ സ്ത്രീയെ മുളംചുമരിനുചേർത്തുനിർ ത്തി... പ്രാണവേദനയിൽ പിടയുന്ന ആ കാഴ്ചകണ്ട് മറ്റുള്ളവർ കണ്ണടച്ചു. ചിരുതയുടെ നിലവിളി നെഞ്ചിൻകൂടിനുള്ളിൽ നിന്നും ഞരക്കമായി പുറത്തുവന്നു.

വിജയാഹ്ലാദത്തിലാണ് പൊലീസുകാർ. അതിനിടയിൽ ഒരുത്തൻ പറഞ്ഞു: 'ഇതിനങ്ങ് തീവെക്കാം'- ചിറ്റാരി കത്തിക്കാനുള്ള നീക്കമാണ്. പാപ്പിനിശ്ശേരി കൃഷ്ണൻനായർ കിടന്നിടത്തുനിന്ന് രണ്ടും കല്പിച്ച് വിളിച്ചുപ റഞ്ഞു: 'സാറേ.. തീവെക്കുമെന്നെങ്കിൽ വിറക് കൊണ്ടുവന്നിട്ട് മുഴുവനായും കത്തിക്കണം പാതിയാക്കരുത്''

'ആരെടാ അത്... ?'

എം. എസ്. പിക്കാരന്റെ ശബ്ദമുയർന്നു.

'ഞാൻ... കൃഷ്ണൻനായർ'

'നീ എങ്ങിനെ ഇവിടെയെത്തി?'

'ചെഞ്ചേരിയൻ കൃഷ്ണൻനായർക്ക് പണിക്ക് വന്നതാണ്'

'നിനക്ക് എവിടെയാ വെടി?'

'ഒരു കൈക്കും ചെവിക്കുമേ ജീവനുള്ളൂ'

-എം. എസ്. പിക്കാരൻ വന്ന് നോക്കി.

'ചത്തവരെ നിനക്കറിയ്യ്യോ?'

'ശവം കണ്ടാലറിയാം'

ആറ് ശവങ്ങളും വലിച്ചു പുറത്തിട്ടു. 'ഒന്ന് എന്റെ ഏട്ടനാണ്. കേളു നായർ'-പറഞ്ഞുതീരേണ്ടതാമസം പൊലീസുകാരൻ തോക്കുയർത്തി പാത്തികൊണ്ട് മുഖത്ത് ആഞ്ഞടിച്ചു. കൃഷ്ണൻനായരുടെ ആറു പല്ലുകൾ തെറിച്ചുപോയി. അപ്പോഴേക്കും നേരം പുലർന്നിരുന്നു. സംഭവമറിഞ്ഞെ ത്തിയ നാട്ടുകാരിൽ ചിലർ പൊലീസിനെ പിൻതിരിപ്പിക്കാൻ ശ്രമിച്ചു കൊണ്ടിരുന്നു.

ശവങ്ങൾക്കും അർധശവങ്ങൾക്കും മേൽ വെയിൽ ഉദിച്ചയർ ന്നു. മേടസൂര്യന്റെ തീനാളങ്ങൾ. ഡി. എസ്. പി. വരുന്നതുവരെ അങ്ങനെ കിടക്കണം. തിന്നും കുടിച്ചും തമാശപറഞ്ഞ് പൊട്ടിച്ചിരിച്ചും പൊലീസുകാർ ആഘോഷിക്കുകയാണ്. പൊരിവെയിലിൽ എരിഞ്ഞും മാംസം കരിഞ്ഞും വെടിയേറ്റ നാല്വപേർ. ഇ. വി. കുഞ്ഞിക്കണ്ണൻ, പാപ്പിനിശ്ശേരി കൃഷ്ണൻനായർ, പാവ്വൂർ കണ്ണൻ, കെ. വി. കുട്ടി. അഗ്നികു ണ്ഡത്തിലെന്നപോലെ ആറുജോഡി പോരാളികൾ: പി. കണ്ണൻനായർ, സി. പി. നാരായണൻ, എ. വി. ചിണ്ടൻ, പനയന്തട്ട നാരായണൻ നമ്പ്യാർ, കുന്നമ്മൽ കണ്ണൻ, മാവിലാ കൃഷ്ണൻ നായർ, വത്തക്കേൻ കണ്ണൻ, പള്ളത്ത് കേശവൻനമ്പൂതിരി, കാനപ്രവൻ അബ്ദുൾ ഖാദർ, ഒറ്റേൻ ചിരുകണ്ണൻ, നാല്വപുരപ്പാട്ടിൽ കണ്ണൻ, വി. വി. കണ്ണൻ. ഒരു തുള്ളി വെള്ളംപോലും ആർക്കും കൊടുക്കുന്നില്ല. പിടഞ്ഞും എഴുന്നേറ്റും വീണും പന്ത്രണ്ടുമണിവരെ ചിണ്ടപ്പൊതുവാൾ മരണത്തെ ചെറുത്തുനി ന്നു. പിന്നെ ആ കണ്ണുകൾ മെല്ലെ അടഞ്ഞു.

ചിറ്റാരിക്കുമുന്നിൽ മണ്ണൻ വാഴകൾ നില്ലന്നുണ്ടായിരുന്നു. നാടൻതോ ക്കുകളെടുത്ത് എം. എസ്. പിക്കാർ വാഴകൾക്കുനേരെ വെടിയുതിർത്തു. അങ്ങോട്ടും വെടിവച്ചിരുന്നുവെന്നതിന് തെളിവു വേണ്ടേ? ദ്വാരങ്ങളുള്ള വാഴ അടിയോടെ മുറിച്ചെടുത്ത് തെളിവ് വസ്തുവാക്കാൻ തയ്യാറാക്കിവച്ചു.

മൂന്നുമണിയായി. പെരിങ്ങോത്തുനിന്ന് നടന്ന് ഡി. എസ്. പിയും അമ്പത് പോലീസുകാരുമെത്തി. പ്രഥമവിവരറിപ്പോർട്ടെഴുതി. കുന്നിൻ മുകളിൽനിന്ന് വേട്ടുവരെ വിളിച്ചുകൊണ്ടുവന്നു. ആറ് പോരാളികളുടെയും ശവങ്ങൾ ചാക്കിൽ പൊതിഞ്ഞുകെട്ടി. ശേഷിച്ച ചാക്കുകളുടെ ഇന്നഴിച്ച് നിവർത്തി. അവ മുളയേണികളിൽ കെട്ടി മഞ്ചൽപോലെയാക്കി. നാല്വ മഞ്ചലുകൾ. വെടിയേറ്റ നാല്വപേരെയും അതിലെടുത്തിട്ടു. രണ്ട് വേട്ടുവ ന്മാർ വീതം ഓരോ മഞ്ചലും ചുമന്നു. അറസ്റ്റിലായ 12പേരെ പിന്നാലെ നടത്തിച്ചു.

പാവം വേട്ടവന്മാർ. അവർ പൊലീസിനെ പ്രാകുന്നുണ്ട്. മുട്ടോളമെ ത്തുന്ന കറുത്ത മുണ്ടുടുത്ത അവർ കാട്ടമരങ്ങൾക്കം കുരുമുളക് വള്ളികൾ ക്കുമിടയില്ലൂടെ നഗ്നപാദരായി നീങ്ങി. ഒറ്റയടിപ്പാതയാണ്. ആടിയാടി നീങ്ങുന്ന മഞ്ചലുകൾ മരങ്ങളില്ലം വള്ളികളില്ലം തട്ടിക്കൊണ്ടിരുന്നു. അതിലുള്ളവർ വേദനകൊണ്ട് പുളഞ്ഞു. പുഴകടന്ന് കാക്കേഞ്ചാലും കുണ്ടംതടവും പിന്നിട്ട് മച്ചിവഴി ആറുമണിയോടെ പാടിയോട്ടചാലിലെ ത്തി.

അവിടെ ഡോക്ടർ കാത്തിരിപ്പുണ്ടായിരുന്നു. വിശാലമായ പാറയുടെ ഒരു മൂലയിൽ കാടോട്ടചേർന്ന് കുഴി മാന്താൻ പൊലീസ് വേട്ടവന്മാ രോടാവശ്യപ്പെട്ടു. പരിക്കേറ്റവരെ റോഡരികിൽ കിടത്തി. വേട്ടവന്മാർ കുഴിമാന്തി. ഡോക്ടർ ശവങ്ങൾ പോസ്റ്റ്മോർട്ടം ചെയ്തു. ആറ് ജഡങ്ങൾ ഒരു കുഴിയിൽ മൂടി. അന്ത്യനിദ്രയില്ലം സഖാക്കൾ ഒന്നിച്ച്.

'ഇവരെക്കൂടി ഇതിൽ തട്ടിയാലോ'- വെടിയേറ്റവരെ നോക്കി ഒരു പൊലീസുകാരൻ ചോദിച്ചു.

'വേണ്ട. ജീവനുണ്ടല്ലോ. പയ്യന്നുരെത്തട്ടെ. വേണമെങ്കിൽ മൂരിക്കൊ വ്വൽ ശ്മശാനം നോക്കാം'- മറ്റൊരുത്തന്റെ മറുപടി.

എല്ലാം കഴിഞ്ഞ് മാധവപ്പെയ്യുടെ ഹോട്ടലിൽനിന്ന് മൂക്കുമുട്ടെ ഭക്ഷണവും കഴിച്ചശേഷം എട്ടരയോടെയാണ് പയ്യന്നൂർ സ്റ്റേഷനിലേക്ക് പൊലീസ് ട്രക്ക് പുറപ്പെട്ടത്. അപ്പോൾ മാത്രമാണ് പിടിയിലായവരിൽ എ. വി. ചിണ്ടനുണ്ടെന്ന് പൊലീസിന് മനസ്സിലായത്. 'എ. വി. ചിണ്ടനെ കിട്ടിയേ...'- അവർ ആർത്തുവിളിച്ചു. പിന്നെയൊരു തിമർപ്പായിരുന്നു. കോറോം കേസിലെ ആ പിടികിട്ടാപ്പുള്ളിയെ തലങ്ങും വിലങ്ങും മർദ്ദിച്ചു.

പൊലീസിന്റെയും ജന്മിമാരുടെയും പേടിസ്വപ്നമായിരുന്ന ചിണ്ടൻ. കൊക്കോടൻ കണ്ണനെ ജന്മി കുടിയൊഴിപ്പിച്ചപ്പോൾ ഓടിയെത്തി പ്രതിഷേധിച്ചവൻ. റേഷൻകാർഡിന് കൈക്കൂലി വാങ്ങിയ മേനോൻ നീലകണ്ഠയ്യരെ നേരിട്ടവൻ. കൃഷ്ണൻനമ്പ്യാരെന്ന അധികാരിയുടെ ജോലി കളഞ്ഞവൻ. കമ്യൂണിസ്റ്റ് പാർട്ടിയുടെ കോറോം സെല്ലിന്റെ ആദ്യസെക്രട്ടറി. 46 നവംബറിൽ മനിയേരി കണ്ണൻനമ്പ്യാർ കടത്തി ക്കൊണ്ടുപോകാൻ ശ്രമിച്ച നെല്ല് പിടിച്ചെടുത്ത കേസിലെ പ്രതി. വളണ്ടിയർ പരിശീലകൻ. വളണ്ടിയർ വേഷത്തിൽ പോകുമ്പോൾ പൊലീസാണെന്ന് തെറ്റിദ്ധരിച്ച് ചിതറിയോടി ചീട്ടുകളിക്കാരിലൊരാൾ കിണറിൽ വീണുമരിച്ച കേസില്ലം പ്രതി. ഏപ്രിൽ 11ന്റെ നെല്ലെടുപ്പി ന്റെയും 12ന്റെ പ്രതിഷേധപ്രകടനത്തിന്റെയും മുന്നിൽ നിന്നവൻ. അന്തൂരാൻ ചിണ്ടനെന്ന് പേരുപറഞ്ഞുകൊണ്ട് മുനയൻകുന്നിൽവച്ച് പൊലീസുകാർക്ക് ആളെ മനസ്സിലാകാതിരുന്നതാണ്.

വെടിയേറ്റ നാല്വപേരെ ലോറിയിൽ കിടത്തി. ബാക്കി പന്ത്രണ്ട് പേരെയും വിറക് അട്ടിയിടുംപോലെ ലോറിയിൽ വലിച്ചിട്ടു. മുമ്മൂന്നുപേരുടെ നാലട്ടി. പി. കണ്ണൻനായരും സി. പി. നാരായണനും ഏ. വി. ചിണ്ടനുമൊക്കെ കെട്ടിനുള്ളിൽ ശ്വാസം കിട്ടാതെ പിടഞ്ഞു. മുകളിൽ തൊണ്ടിസാധനങ്ങളായ തോക്കും പാത്രങ്ങളും വാഴകളും. 'മുനയൻകു ന്നിലെ കമ്യൂണിസ്റ്റ് കൊള്ളക്കാരെ പിടിച്ചേ'- വഴിനീളെ അവർ വിളിച്ചു പറഞ്ഞുകൊണ്ടിരുന്നു.

പെരിങ്ങോം സ്റ്റേഷനുമുന്നിൽ വണ്ടി നിന്നു. പയ്യന്നൂരിലേക്ക് വിടാൻ ഉത്തരവ് കിട്ടി. കുണ്ടം കുഴിയും നിറഞ്ഞ കാളവണ്ടിപ്പാതയില്ലൂടെ ആടിയും കുലുങ്ങിയും ലോറി ഇരച്ചുപാഞ്ഞു.

നരകത്തിന്റെ തടവറയിൽ

രാത്രി 11 മണി. പയ്യന്നൂർ പൊലീസ് സ്റ്റേഷൻ മുന്നിൽ ലോറിയെത്തി. പൊലീസ് പടതന്നെ അവിടെ കാത്തുനില്പുണ്ടായിരുന്നു. കെട്ടിയിട്ട പന്ത്രണ്ടുപേരെയും വലിച്ചിറക്കി. ഉടൻ തുടങ്ങി അടി. പിന്നെ ലോക്കപ്പിലിട്ടു. വെടിയേറ്റ നാല്പേരെയും പൊലീസ് ജീപ്പിലേക്ക് മാറ്റി ഗവ. ആശുപത്രിയിലേക്ക് കൊണ്ടുപോയി. പ്രഥമശ്രൂ ഷയ്ക്കുശേഷം തിരിച്ച് ലോക്കപ്പിലേക്ക്. ചോരവാർന്ന് മൃതപ്രായമായവരെ ഒഴിവാക്കി ആരോഗ്യമുള്ളവരെ നോക്കി പൊലീസ് മർദ്ദിക്കുകയാണ്. രണ്ടുപേർക്ക് കിടക്കാൻ മാത്രം അകത്ത് സ്ഥലമുള്ള ലോക്കപ്പിൽ പതിനാറുപേരെയും കുത്തിനിറച്ചു.

ഒരു കരാളരാത്രിയെക്കൂടി അവർ അതിജീവിച്ചു. പിറ്റേന്ന് രാവിലെ പൊലീസ് വന്ന് ഏ. വി. ചിണ്ടനെ വിളിച്ചുകൊണ്ടുപോയി. ഭീകരമായിരുന്നു മർദ്ദനം. ചുമരരികിൽ നിർത്തി അടിച്ചു. സിമന്റ് തറയിൽ കിടത്തി അമ്മിക്കുട്ടികൊണ്ട് ദേഹമാസകലം കുത്തിനുറുക്കി. ചിരട്ടപ്പിളർപ്പ് ചെവിക്കിറിക്കി. ബോധംകെട്ട് വീണപ്പോൾ ലോക്കപ്പ് മുറിയിലേക്കതന്നെ വലിച്ചെറിഞ്ഞു.

മുറിയിൽ മലവും മൂത്രവും വിയർപ്പും ചോരയും ചേർന്ന് നാറ്റം തുടങ്ങിയിരുന്നു. വെടികൊണ്ടവരുടെ വ്രണങ്ങളിൽനിന്ന് ചോരയും ചലവും മൊഴുകി. മുറിവുകളിൽ കൂമികൾ നിറഞ്ഞു. അന്ന് രാത്രിയും പിറ്റേന്ന് പകല്യുംകൂടി ആ നരകത്തിൽ എല്ലാം സഹിച്ച് കിടക്കേണ്ടിവന്നു. വിദ്യാർത്ഥിയായിരുന്ന കുഞ്ഞിക്കണ്ണന്റെ പരിചയക്കാരനായ ഹോട്ടൽകാരൻ പി. സി. കമ്മാരൻ ചായയും വടയും എത്തിച്ചുകൊടുത്തു.

മൂന്നാംനാൾ മെയ്മൂന്നിന് തളിപ്പറമ്പ് മജിസ്ട്രേട്ട് കോടതിയിലേക്ക്. നാറ്റം പുറത്തറിയാതിരിക്കാൻ ലോറിയിൽ ചന്ദനത്തിരികൾ കത്തിച്ചവ ച്ചിരുന്നു. കോടതിയിൽ ഹാജരാക്കിയശേഷം കണ്ണൂർ സബ്ജയിലിലേ ക്ക്. പയ്യന്നൂർ സ്റ്റേഷനിലെ അനുഭവങ്ങളുടെ തനിയാവർത്തനമായിരു ന്നു ഇവിടെയും. കഞ്ഞിയും പരിപ്പുചാറും കിട്ടി എന്നതാണൊരാശ്വാസം. ആ രാത്രി അവിടെ കഴിഞ്ഞു.

പിറ്റേന്ന് സെൻട്രൽ ജയിലിലേക്ക് മാറ്റി. 'ക്വാവാറണ്ടി' എന്ന് തടവുകാർ പറയാറുള്ള പുറം ജയിലിലാണ് ആദ്യം പ്രവേശിപ്പിച്ചത്. പകർച്ചവ്യാധിയോ മറ്റോ ഉണ്ടോ എന്ന് പരിശോധിച്ചശേഷമേ അകത്ത് കയറ്റൂ.

' നീണ്ട നാല്ദിവസങ്ങൾക്കുശേഷമാണ് വെടിയേറ്റവർക്ക് ചികിത്സ കിട്ടിയത്. പാവ്വർ കണ്ണനെയും പാപ്പിനിശേരി കൃഷ്ണൻനായരെയും കെ. വി. കുട്ടിയെയും ജില്ലാ ആശുപത്രിയിലേക്ക് കൊണ്ടുപോയി. പുഴുത്തുതുട ങ്ങിയിരുന്ന ആ ദേഹങ്ങൾ. പാവ്വർ കണ്ണന്റെയും കെ. വി. കുട്ടിയുടെയും ഇടതുകാൽ മുറിച്ചുമാറ്റി.

വിദ്യാർത്ഥിയായിരുന്ന ഇ. വി. കുഞ്ഞിക്കണ്ണനെ അങ്ങോട്ടയച്ചില്ല. അയച്ചാൽ കൈ മുറിക്കുമെന്നുറപ്പ്. ജയിലാശുപത്രിയിൽ പ്രവേശിപ്പിച്ചു. ഡോ. റാവു വിശദമായി പരിശോധിച്ചു. കോഴിക്കോട് ആശുപത്രിയിലേ ക്ക് വിടാമെന്നായിരുന്ന ഡോക്ടറുടെ അഭിപ്രായം. നാല്നാൾ കഴിഞ്ഞ് ജയിൽ ഐ. ജിയുടെ അനുമതികിട്ടി. തീവണ്ടിയിൽ പൊലീസ് അകമ്പടിയോടെ കോഴിക്കോട്ടേക്ക് കൊണ്ടുപോയി. 'മുനയൻകുന്നിൽ പിടിയിലായ കൊള്ളക്കാരെ' ഒരുനോക്ക കാണാൻ ജനങ്ങൾ തുരുതുരാ വന്നുകൊണ്ടിരുന്നു. ജില്ലാ ആശുപത്രിയിൽ പാവ്വരും പാപ്പിനിശ്ശേരിയും കുട്ടിയും ജനങ്ങളെക്കൊണ്ട് പൊറുതിമുട്ടി. കുഞ്ഞിക്കണ്ണനെ കണ്ണൂർ റെയിൽവെ സ്റ്റേഷനിൽ ജനം പൊതിഞ്ഞു. കണ്ടവർ കണ്ടവർ മൂക്കത്ത് വിരൽവച്ചു. പതിനെട്ടുതികയാത്ത ഈ പയ്യനോ കൊള്ളക്കാരൻ. !

കോഴിക്കോടാശുപത്രിയിൽ നല്ല പരിചരണമാണ് കിട്ടിയത്. വടകരക്കാരിയായ നഴ്സ് മാധവി സ്വന്തം മകനെപ്പോലെ ശുശ്രൂഷി ച്ചു. കൈക്ക് പ്ലാസ്റ്ററിട്ടു. വയറിന് മരുന്നുവച്ചുകെട്ടി. മൂന്നുമാസക്കാലം ആശുപത്രിവാസം.

പി. കണ്ണൻനായരുൾപ്പെടെയുള്ള 12പേരെ മൂന്നാംബ്ലോക്കിലാണട ച്ചത്. മറ്റ സഖാക്കളുമായി ബന്ധപ്പെട്ടും സ്റ്റഡിക്ലാസ്സെടുത്തും പുസ്തകങ്ങൾ വായിച്ചും അവർ രാഷ്ട്രീയപ്രവർത്തനം തുടർന്നുകൊണ്ടിരുന്നു.

അഴികൾക്കുള്ളിലെ അനുഭവങ്ങൾ

ജയിലനുഭവങ്ങൾ വ്യത്യസ്തവും പലപ്പോഴും അമ്പരപ്പിക്കുന്നതു മായിരുന്നു. പ്രധാന നേതാക്കളെല്ലാം ജയിലിലുണ്ടായിരുന്നു. വൈകാതെ ഒഞ്ചിയത്തെ സഖാക്കളുമെത്തി. കൽക്കത്താ കോൺഗ്രസ് കഴിഞ്ഞ് തിരിച്ചെത്തിയ എം. കെ. കേളവും ടി. കെ. കെ. അബ്ദള്ളയും ഒഞ്ചിയത്തെത്തിയശേഷമാണ് കുറുമ്പ്രനാട്ടിന് തീപിടിച്ചത്. കുറച്ച കാലം കെ. സി. കുഞ്ഞാപ്പമാഷും ഒഞ്ചിയത്തുണ്ടായിരുന്നു. വടക്കെ മലബാറിലെ മറ്റ ഗ്രാമങ്ങളുടെ വഴിപിൻതുടർന്ന് ആയുധമെടുത്ത് ജന്മിമാർക്കും അധികാരികൾക്കുമെതിരെ പോരാടാൻ ഒഞ്ചിയത്തെ കമ്യൂണിസ്റ്റ് പാർട്ടിയും തീരുമാനിച്ചു. ഏപ്രിൽ 29നാണ് പാർട്ടി താലൂക്ക് കമ്മിറ്റിയോഗം ഒഞ്ചിയത്ത് ചേരുന്നത്. പിറ്റേന്ന് പൊലീസ് സ്ഥലത്തെ ത്തി. വീട്ടുകൾ കയറിയിറങ്ങി അക്രമം തുടങ്ങി. കർഷകകാരണവരായ ചോയി ഉൾപ്പെടെയുള്ളവരെ അറസ്റ്റുചെയ്തു. ചെറുത്തുനിൽക്കാൻ പാർട്ടി ആഹ്വാനം നൽകി. പന്തങ്ങളുമേന്തി ജനങ്ങൾ നാട്ടുവഴിയിലേക്കി റങ്ങി. സായുധപൊലീസിനെ അവർ പിൻതുടർന്നു. 'ചോയിയെയും കണ്ണനെയും വിട്ടയക്കുക'- അവർ ഗർജ്ജിച്ചു, ബഹളമായി. പൊലീസ് വെടിയുതിർത്തു. എട്ടുപേർ പിടഞ്ഞുവീണുമരിച്ചു. പിന്നീട് മണ്ടോടി കണ്ണനും കൊല്ലാച്ചേരി കുമാരനും മർദ്ദനത്തിൽ രക്തസാക്ഷികളായി. നിലത്തൊഴുകിയ തന്റെ ചോരയിൽ കൈമുക്കി ലോക്കപ്പ് ചുമരിൽ അരിവാൾച്ചുറ്റിക വരച്ച മണ്ടോടി കണ്ണന്റെ ധീരതയുടെ കഥകേട്ട് മുന യൻകുന്ന് സഖാക്കൾ മുഷ്ടിച്ചുരുട്ടി. ഒഞ്ചിയത്ത് വെടികൊണ്ട നക്കായി കണ്ണനും ഞണ്ടോടൻ കുഞ്ഞമ്പുവും ഇ. വി. കുഞ്ഞിക്കണ്ണനോടൊപ്പം കോഴിക്കോടാശുപത്രിയിലുണ്ടായിരുന്നു.

ജയിലിനകത്തും വെറുതെയിരിക്കാൻ സാഹസികനായ ഏ. വി. ചിണ്ടന് സാധിച്ചില്ല. കൊടക്കൽ കുഞ്ഞിക്കണ്ണൻമാസ്റ്ററെയും ആമ്പിലേരി ചാത്തുവെയും തട്ടാൻ നമ്പിയെയ്യുമെല്ലാം സംഘടിപ്പിച്ച് പുതിയൊരു പദ്ധതിക്ക് ചിണ്ടൻ രൂപംകൊടുത്തു. പാർട്ടിയുടെ സമ്മതവും ഇതിന് കിട്ടി. കക്കൂസിന്റെ കമ്പി മുറിച്ച് ജയിൽവളപ്പിലെ പപ്പായമരം കുറേശ്ശയായി രാകിവച്ചു. കിടക്കാൻ തരുന്ന ചണപ്പായകൾ കയറുപോലെ കൂട്ടിക്കെട്ടി. കപ്പ മുറിച്ചെടുത്ത് മുകളറ്റത്ത് ചണപ്പായകെട്ടി. വേണ്ട ആയുധങ്ങൾ അടുക്കളയിലെ സഖാക്കൾ നൽകിയിരുന്നു. പപ്പായ മതിലിന് ചാരിവച്ച് ചണപ്പായയിൽ ഊങ്ങി മതിലിൽ കയറി. കൊടക്കൽ കുഞ്ഞിക്കണ്ണൻ മാസ്റ്റർ, ഏ. വി. ചിണ്ടൻ, കെ. ടി. മാധവൻ നമ്പ്യാർ, കൊല്ലൻചത്തു, തട്ടാൻ നമ്പി, കല്ലോറത്ത് മാധവൻ, എന്നിവർ ജയിൽചാടി. 1949 ഫെബ്രുവരിയിലായിരുന്നു അത്. പുറത്തിറങ്ങി പാർട്ടി കെട്ടിപ്പടുക്കലായിരുന്നു ലക്ഷ്യം.

അപകടമണി മുഴങ്ങുന്നതുകേട്ടാണ് പലരും കാര്യമറിഞ്ഞത്. വാർഡൻമാർ ഓടിക്കിതച്ചെത്തി. ഓരോ ബ്ലോക്കിലെയും തടവുകാരെ എണ്ണിത്തുടങ്ങി. കുറച്ചപേരെ കണാനില്ല. 'എന്റെ ചോറ്റില് മണ്ണിട്ടില്ലേ നിങ്ങൾ?'-- വയസ്സനായ വാർഡൻ ദയനീയമായി ചോദിച്ചു. അപ്പോ ഴേക്കും മറ്റ വാർഡൻമാർ അടി തുടങ്ങി. മുനയൻകുന്ന് സഖാക്കൾക്ക് പൊതിരെ അടികിട്ടി. പലർക്കും പരിക്കേറ്റു. ബ്ലോക്കുകളാകെ അടച്ച പൂട്ടി. ജയിൽചാടിയവരെല്ലാം കുറച്ചകാലത്തിനശേഷം പിടിയിലായി.

മൊയാരത്ത് ശങ്കരന്റെ അന്ത്യദിനങ്ങൾക്ക് സാക്ഷിയാകാൻ കഴിഞ്ഞതാണ് മറ്റൊരു ഞെട്ടിക്കുന്ന അനുഭവം. ജയിൽ മുറിയില്ലം ആശുപത്രിയില്ലുമെത്തിയ മൂതപ്രായനായ വൃദ്ധൻ മൊയാരമാണെന്ന് ആദ്യം സഖാക്കൾക്ക് മനസ്സിലായിരുന്നില്ല. തങ്ങളോട് ചെയ്തതിന്റെ മറ്റൊരു രൂപം തന്നെയാണ് കോൺഗ്രസിന്റെ ചരിത്രകാരൻകൂടിയായ മൊയാരത്തിനോട്ടും ചെയ്തതെന്ന് അവർക്ക് മനസ്സിലായി. തലശ്ശേരിക്ക ടുത്ത നിട്ടമ്പ്രം സ്വദേശിയായ മൊയാരം ഇടത്തരം കുടുംബത്തിലാണ് ജനിച്ചത്. പഠിക്കുന്ന കാലത്തുതന്നെ രാഷ്ട്രീയപ്രവർത്തനമാരംഭിച്ചു. പത്രങ്ങളിൽ ലേഖനമെഴുത്തും തുടങ്ങി. ഉപ്പനിയമം ലംഘിക്കാൻ പയ്യന്നൂരിലേക്കുള്ള ജാഥയിൽ പങ്കെടുത്തു. കെ. കേളപ്പനെ അറസ്റ്റ് ചെയ്തപ്പോൾ സമരത്തിന്റെ നേതൃസ്ഥാനം ഏറ്റെടുത്തു. അറസ്റ്റിലായി. കോൺഗ്രസിന്റെ സംഘാടകനും ചരിത്രകാരനുമായി വളർന്നു. പിന്നീട് കോൺഗ്രസ് സോഷ്യലിസ്റ്റും കമ്യൂണിസ്റ്റുമായി. 1948ലെ കമ്യൂണിസ്റ്റ് വേട്ടയിൽനിന്ന് മൊയാരത്തിനും രക്ഷപ്പെടാനായില്ല. മെയ് 11ന് ജന്മദേശമായ ചൊക്ലിയിൽനിന്ന് ചെമ്പിലോട്ടെ ഭാര്യവീട്ടിലേക്ക്

നടന്നുപോവുകയായിരുന്ന മൊയാരം. കമ്യൂണിസ്റ്റ് കലാപം തടയാ
നെന്ന പേരിൽ രൂപംകൊണ്ട 'ദേശരക്ഷാസേന' എടക്കാട്ടുവച്ച്
അദ്ദേഹത്തെ വളഞ്ഞു. ഗുണ്ടകളം പൊലീസും ചേർന്ന് അദ്ദേഹത്തെ
പൊലീസ് ക്യാമ്പിലെത്തിച്ച. അവിടെനിന്നാണ് കണ്ണൂർ ലോക്കപ്പിൽ
കൊണ്ടുവന്നത്. മൂതപ്രായമായ ആ ദേഹത്ത് അടിമുതൽ മുടിവരെ കരി
ക്കുകൊണ്ടിടിച്ച. തലയോട് കഷണം കഷണമായി. മജ്ജയും മാംസവും
ചതഞ്ഞരഞ്ഞു. 48 മെയ് 13ന് മൊയാരം അന്ത്യശ്വാസം വലിച്ചു.

ഒരു ദിവസം ജയിലറും വാർഡനും ഒരു ലിസ്റ്റുമായി ബ്ലോക്കുകളി
ലെത്തി. ലിസ്റ്റ് നോക്കി ചിലരുടെ പേര് വിളിച്ചുതുടങ്ങി. 'എന്താകാ
ര്യം?'- മൂന്നാം ബ്ലോക്കിൽനിന്ന് കണ്ണൻനായർ ആരാഞ്ഞു. 'തടവുകാ
രെക്കൊണ്ട് ജയിൽ നിറഞ്ഞു. കുറച്ചപേരെ സേലത്തേക്ക് മാറ്റാൻ
പോവുകയാണ്. പേര് വായിച്ചവർ പോകാൻ റെഡിയാവണം'- ജയിലർ
പറഞ്ഞു. നക്കായി കണ്ണൻ, നട്ടുവളപ്പിൽ കോരൻ,...തങ്ങളോടൊപ്പമു
ള്ളവരുടെയും പേരുവിളിച്ച. ജയിൽ എവിടെയും ഒരുപോലെയല്ലേ.
മറ്റുതടവുകാരോടൊപ്പം അവരും സേലത്തേക്ക് തിരിച്ച.

1950 ഫെബ്രുവരി 11. സേലം ജയിലിലെ ക്രൂരതകൾ വഴിത്തിരിവി
ലെത്തിയ ദിനം. തടവുകാരോട് വന്യമൃഗങ്ങളെപ്പോലെ പെരുമാറുന്ന
അധികൃതർ. തടവുകാരെ അനാവശ്യമായി റോഡ് റോളർ വലിപ്പിക്ക
ന്നതായിരുന്ന വാർഡർമാരുടെ ഇഷ്ടവിനോദം. കാന്തലോട്ട് കുഞ്ഞമ്പു
ഉൾപ്പെടെയുള്ള നേതാക്കൾ ചെറുത്തുനിൽക്കണമെന്ന് തീരുമാനിച്ച.
ടി. കെ. രാജുവായിരുന്ന മേയർ. അടിച്ചാൽ തിരിച്ചടിക്കാൻ സഖാക്കൾ
ഒരുങ്ങി. ജയിലർ അയ്യപ്പൻപിള്ള കാന്തലോട്ടുമായി ഒന്നും രണ്ടും
പറഞ്ഞ് ഇടഞ്ഞു. കലികയറിയ കാന്തലോട്ട് അയാളുടെ കഷണ്ടി
ത്തലക്കൊന്ന് കൊടുത്തു. കോറോംകാരനായ പി. ഇ. ചെറിയരാമൻ
നമ്പ്യാർ കാന്തലോട്ടിന്റെ കൈക്ക് പിടിച്ച. കൊല്ലേണ്ടെന്നപറഞ്ഞ്
പിൻതിരിപ്പിച്ച. പെട്ടെന്നാണ് വലിയ ജയിലറും സംഘവും കുതിച്ചെത്തി
യത്. പിന്നെ ക്രൂരമായ അക്രമണമായിരുന്ന. രക്ഷയില്ലാതായപ്പോൾ
സഖാക്കൾ മുറിയിൽ സ്ഥാപിച്ചിരുന്ന കഴിത്തറിമഗ്ഗങ്ങൾ വലിച്ചെടുത്ത്
തിരിച്ചടിച്ച. പെട്ടെന്നാണ് പുറത്തുനിന്ന് പൊലീസ് ബ്ലോക്കിലേക്ക്
വെടിവച്ചത്. വെടിവെക്കരുതെന്ന് വിളിച്ചപറഞ്ഞ തളിയൻ രാമൻ
നമ്പ്യാർ ആദ്യം നിലംപതിച്ച. പിന്നെ 22പേർ. ആശാരി അമ്പാടി,
പുല്ലാഞ്ഞിയോടൻ കുഞ്ഞപ്പനമ്പ്യാർ, പുല്ലാഞ്ഞിയോടൻ ഗോവിന്ദൻ
നമ്പ്യാർ, കോയിലോടൻ നാരായണൻനമ്പ്യാർ, എൻ. ബാലൻ, എൻ.
പത്മനാഭൻ, നീലഞ്ചേരി നാരായണൻ നായർ, ആസാദ് ഗോപാ
ലൻനായർ, മയിലപ്രവൻ നാരായണൻ നമ്പ്യാർ, പിലാട്ട്യോടൻ

ഗോപാലൻ നമ്പ്യാർ, കോരൻഇരുക്കൾ, ആണ്ടലോടൻ കുഞ്ഞപ്പ, ഞണ്ടാടി കുഞ്ഞമ്പു, എ. സി. കുഞ്ഞിരാമൻ നമ്പ്യാർ, സി. അനന്തൻ, നക്കായി കണ്ണൻ, എൻ. കോരൻ എന്നിവർ കണ്ണൂർജില്ലക്കാർ. കൂടാതെ കോഴിക്കോട്ടുകാരൻ കെ. ഗോപാലൻകുട്ടി നായരും ആന്ധ്രക്കാരൻ ഷെയ്ഖ് ദാവൂദും തമിഴ്നാട്ടുകാരായ അറുമുഖനായ്ക്കർ, കാവേരി മുതലിയാർ എന്നിവരും. നെല്ലെടുപ്പുകളിൽ തങ്ങളോടൊപ്പമുണ്ടായിരുന്ന നക്കായി കണ്ണനും എൻ. കോരനും സേലം ജയിലിൽ മരിച്ചുവീണതറിഞ്ഞ് മുന യൻകുന്ന് സഖാക്കൾ തേങ്ങി.

സഖാക്കളുടെ പേരിൽ കേസുകൾ പലതുണ്ടായിരുന്നു. നെല്ലെടുപ്പ് കേസുകളൊക്കെ തലശ്ശേരി സെഷൻസ് കോടതിയിൽ. സബ്ജയിൽ വളപ്പിലെ സ്പെഷൽ കോടതിയിലായിരുന്നു ആദ്യം. പിന്നെ തലശ്ശേ രിയിൽ. മുനയൻകുന്ന് കർണ്ണാടകത്തിലായതിനാൽ ആ കേസ് മംഗലാപുരം സെഷൻസ് കോടതിയിൽ. ഒന്നാംപ്രതി എ. വി. ചിണ്ടൻ, രണ്ടാംപ്രതി കണ്ണൻനായർ, മൂന്ന് വി. വി. കണ്ണൻ, നാല് കെ. ചിരുക ണ്ടൻ, അഞ്ച് പാവ്വർ കണ്ണൻ, ഏഴ് ഇ. വി. കുഞ്ഞിക്കണ്ണൻ നമ്പ്യാർ, എട്ട് സി. പി. നാരായണൻ. ശങ്കരമേനോനും സി. എസ്. ഏണസ്റ്റുമായിരുന്നു അഭിഭാഷകർ. പതിനാറ്റുപേരെയും കൈയിൽ ആമംവച്ചാണ് മംഗ ലാപുരത്ത് കൊണ്ടുപോയിരുന്നത്. വിചാരണാനാളുകളിൽ അവിടെ സബ്ജയിലിൽ താമസിക്കും. പൊലീസിനെ ആക്രമിച്ചു, ക്യാമ്പ് ചെയ്തു, വെടിവച്ചു എന്നൊക്കെയായിരുന്നു കേസ്. ചെഞ്ചേരിയൻ കൃഷ്ണൻനാ യരെയും പൈച്ചേടത്ത് പൊക്കനെയും ചിരുതയെയുമൊക്കെ സാക്ഷി കളായി കൊണ്ടുവന്നു. തോക്കുകളും വെടികൊണ്ട വാഴകളുമൊക്കെ തെളിവ് സാധനങ്ങളാക്കി.

ഒന്നരക്കൊല്ലം കഴിഞ്ഞ് വിധി വന്നു. പതിനാറ്റുപേർക്കും ഒരുവർഷം തടവ്. 1950 ജനുവരി. ഇന്ത്യ റിപ്പബ്ലിക്കാകാൻ പോകുന്നു. റിപ്പബ്ലിക് ദിനത്തോടനുബന്ധിച്ച് തടവുകാരെയൊക്കെ വിട്ട കൂട്ടത്തിൽ പതിനാ റുപേരും മോചിതരായി.

മുനയൻകുന്നിൽ തങ്ങളെ ഒറ്റിക്കൊടുത്തത് ആരാകാം. അവർ അന്വേഷിച്ചു. പാടിയോട്ടുചാലിലെ മലഞ്ചരക്ക് കച്ചവടക്കാരൻ അഴീ ക്കോട്ടുകാരനായ മൊയ്തുവാകാം. മൊയ്തുവിന് വിവരം കൊടുത്തത് കണ്ണക്കാരത്തി മമ്മതായിരുന്നു. മൊയ്തുവിന്റെ ഗുണ്ടയായ കോന്തോർ കണ്ണനും പൈച്ചേടത്ത് പൊക്കനുമാണ് പൊലീസിന് ആ രാത്രിയിൽ വഴികാണിച്ചുകൊടുത്തത്.

രക്തപുഷ്പം മാറിലണിഞ്ഞവർ

63ന്നകിൽ മരണം; അല്ലെങ്കിൽ പൊരുതിക്കൊണ്ടുള്ള ജീവിതം. ഇത് മുന്നിൽക്കണ്ടു തന്നെയാണ് പോരാളികൾ ഗറില്ലകളെപ്പോലെ മുന യൻകുന്നിൽ ക്യാമ്പ് ചെയ്തത്. എന്നാൽ, ഒരു ഏറ്റുമുട്ടലിനുള്ള അവസരം പോലും പൊലീസ് അവർക്ക് നൽകിയില്ല. നിദ്രയിലാണ്ട ശരീരങ്ങൾക്ക നേരെയായിരുന്നു ഇരുട്ടിന്റെ മറവിൽ വെടിയുതിർത്തത്. മരണത്തിന മുന്നിൽ മാത്രമായിരുന്നില്ല അവർ സമന്മാർ. പോരാട്ടത്തിന്റെ ഓരോ നിമിഷത്തിലും നേതാവെന്നോ അനുയായിയെന്നോ വ്യത്യാസമില്ലാതെ തോളോട്ട തോൾ ചേർന്ന് അവർ മുന്നേറി. ജീവിച്ചിരുന്നുവെങ്കിൽ എത്രയോ ഉന്നതങ്ങളിൽ എത്തുമായിരുന്നു അവരിൽ പലരും.

രക്തസാക്ഷി കെ സി കുഞ്ഞാപ്പമാസ്റ്റർ അക്കാലത്തെ പ്രധാന നേതാവായിരുന്നു. പാർട്ടിയുടെ ഫർക്ക കമ്മിറ്റി സെക്രട്ടറി. സഖാവ് പി. കൃഷ്ണപിള്ളയോട് പലതുകൊണ്ടും സാദൃശ്യപ്പെടുത്താവുന്ന വിപ്ലവ കാരിയായിരുന്ന അദ്ദേഹം. വിപ്ലവത്തിനുവേണ്ടി ഉഴിഞ്ഞുവച്ച ജീവിതം. അസാമാന്യ ധീരൻ. ചെന്നിടത്തെല്ലാം കൊടുങ്കാറ്റ് സൃഷ്ടിച്ചവൻ. പ്ര സ്ഥാനത്തിനുവേണ്ടി സ്വയം അർപ്പിച്ച ത്യാഗി. മരിക്കുമ്പോൾ പ്രായം വെറും 29 വയസ്സ്.

കാങ്കോൽ താഴക്കുറുന്തിൽ കപ്പണക്കാൽ ചെമ്മരത്തിയുടെയും തൈവളപ്പിൽ രാമന്റെയും നാലാമത്തെ മകനായി 1919 ജൂൺ അഞ്ചിന് ജനിച്ച കുഞ്ഞാപ്പ കരിവെള്ളൂർ മാന്യശ്ശേരു സ്കൂളിലും കാങ്കോൽ സ്കൂ ളിലുമാണ് പഠിച്ചത്. 1930 ആഗസ്റ്റ് 14ന് മാന്യശ്ശേരു സ്കൂളിൽ ആറാം തരത്തിൽ ചേർന്നു. എട്ടാംതരം കഴിഞ്ഞ് 1933 ഡിസംബർ എട്ടിന് സ്കൂൾ വിട്ടു. തുടർന്ന് തവിടിശ്ശേരി സ്കൂളിൽ അധ്യാപകനായി.

കെ. സി. കുഞ്ഞാപ്പ മാസ്റ്റർ

ചെറുപ്പത്തിലേ രാഷ്ട്രീയ പ്രവർത്തന മാരംഭിച്ചു. അന്നു മുതൽക്കേ ഒളിവില്ലുമാ യിരുന്നു. വീടിനടുത്താണ് വൈപ്പിരിയം പാറ. അന്തു സായ്വ് എന്നയാൾക്ക് അവിടെ 33 ഏക്കർ പറങ്കിമാവിൻതോ ട്ടമുണ്ടായിരുന്നു. അതും ചുറ്റുമുള്ള കുറ്റിക്കാ ടുമായിരുന്ന പ്രധാന ഒളിത്താവളങ്ങൾ. അനുജൻ കെ. സി. കോരനും മിക്കവാറും ഒളിവിലായിരിക്കും. ഇരുവർക്കുമുള്ള ഭക്ഷണവും അലക്കിയ മുണ്ടുമൊക്കെ രഹസ്യമായി എത്തിച്ചിരുന്നത് കോരന്റെ ഭാര്യ കുന്നമ്മൽ ചിരിയാണ്. വൈപ്പിരി യത്തുകൂടി ചെറുപുഴ ഭാഗത്തേക്ക് ഒരു കാളവണ്ടിപ്പാതയുണ്ടായിരുന്നു. അതുവഴി നിനച്ചിരിക്കാതെ എം എസ് പി വണ്ടി കുതിച്ചെത്തും. ഭക്ഷണവുമായി പോവുകയായിരുന്ന ചിരി പലതവണ റോഡിൽവച്ച് പൊലീസ് പിടി യിലായിട്ടുണ്ട്. ഒരിക്കൽ പെരുമ്പയിൽവച്ച് പോലീസ് പിടിച്ചപ്പോൾ കൊടക്കൽ കുഞ്ഞിക്കണ്ണൻ മാഷാണ് രക്ഷിച്ചത്. മാഷാണതെന്ന് പൊലീസിന് മനസ്സിലായിരുന്നില്ല. മനസ്സിലായിരുന്നെങ്കിൽ...

മറ്റൊരിക്കൽ ആലക്കാട് വഴി കുരുമുളകുമായി ചന്തയിൽ പോകുമ്പോൾ ഞെട്ടിക്കുന്ന കാഴ്ചയാണ് ചിരി കണ്ടത്. കുഞ്ഞിക്ക ണ്ണൻമാഷെ ഒരു തെങ്ങിൽ പിടിച്ചുകെട്ടി പൊലീസ് ക്രൂരമായി അടിക്കുന്നു. ചുറ്റിലും നിന്ന് കുറേ സ്ത്രീകൾ കാഴ്ച കണ്ട് നിലവിളിക്കുന്നു. ചിരി ഞെട്ടിപ്പോയി. തലയിലെ കുരുമുളക് കെട്ട് താഴെവീണു. പൊലീസ് ഓടിയെത്തി. മാഷുമായി എന്താണ് ബന്ധം എന്നായി ചോദ്യം.

കുഞ്ഞാപ്പമാസ്റ്റർ ഇരുട്ടിന്റെ മറവിൽ വല്ലപ്പോഴുമാണ് വീട്ടിൽ വരിക. അവിടെ കാര്യമായി ഭക്ഷണം ഒന്നുമുണ്ടാകില്ല. ചിലപ്പോൾ ഉഴുന്ന് പുഴ ങ്ങിവച്ചിട്ടുണ്ടാവും. പാലംകുന്നത്ത് ഇല്ലക്കാരുടെയും പേർക്കളം ഇല്ല ക്കാരുടെയും വകയാണ് ഭൂമിയെല്ലാം. നെല്ല് അകത്ത് കൂട്ടിയിട്ടുണ്ടാകും. അതുപക്ഷേ ജന്മിമാർക്ക് വാരം കൊടുക്കാനുള്ളതാണ്. പാകംചെയ്ത ഉഴുന്നകഞ്ഞി പോലും പലപ്പോഴും വീട്ടുകാർക്ക് കുടിക്കാൻ കിട്ടാറില്ല. പൊലീസെത്തി പാത്രങ്ങൾ അടിച്ചുടയ്ക്കും. മൺപാത്രങ്ങളാണ്. പുതിയ തൊന്ന് കിട്ടണമെങ്കിൽ നാഴികകൾ താണ്ടണം.

തവിടിശ്ശേരി സ്കൂളിൽ ചില പ്രശ്നങ്ങളുണ്ടായപ്പോൾ നാരായണ വാര്യർ എന്ന അധ്യാപകനാണ് 1935 ൽ കുഞ്ഞാപ്പമാഷെ മുഴക്കുന്നി ലേക്ക് കൂട്ടിക്കൊണ്ടുവരുന്നത്. വെറുമൊരു ജോലിയായിരുന്നില്ല ലക്ഷ്യം. രാഷ്ട്രീയപ്രവർത്തനമായിരുന്നു. മട്ടന്നൂർ കൂത്തുപറമ്പ് ഭാഗങ്ങളിൽ പ്ര വർത്തനം കേന്ദ്രീകരിക്കുക എന്ന പാർട്ടി തീരുമാനവും ഇതിനപ്പിന്നില ണ്ടായിരുന്നു. നാട്ടുകാർ നടത്തിയിരുന്ന മൊടക്കോഴിയിലെ സ്കൂളിൽ (കുടിപ്പള്ളിക്കൂടം എന്നേ പറയാനാവൂ)കുഞ്ഞാപ്പ മാസ്റ്റർ അധ്യാപക നായി ചേർന്നു. നാരായണവാര്യർ അവിടെത്തന്നെ കല്യാണം കഴിച്ച് താമസിച്ചു. കുഞ്ഞാപ്പമാഷാകട്ടെ കാരായി കുഞ്ഞിക്കണ്ണൻ ഗുരുക്കളുടെ അക്കരമ്മൽ വീട്ടിൽ താമസിച്ച് രാഷ്ട്രീയ പ്രവർത്തനം തുടർന്നു. മുഴക്കു ന്ന് ഭാഗത്ത് ആദ്യത്തെ കോൺഗ്രസ് കമ്മിറ്റിയുണ്ടാക്കി. കോൺഗ്രസ് സോഷ്യലിസ്റ്റ് പാർട്ടിയുടെ കാലമായിരുന്നു അത്. മൂന്നുവർഷം കൊണ്ട് ആ പ്രദേശത്തെ രാഷ്ട്രീയവൽക്കരിക്കാൻ അദ്ദേഹത്തിന് സാധിച്ചു.

1940 സപ്തംബർ 15. കെപിസിസി ആഹ്വാനപ്രകാരം നാടെങ്ങും മർദന പ്രതിഷേധദിനം ആചരിക്കുന്നു. കീച്ചേരി, മട്ടന്നൂർ, തലശ്ശേരി എന്നിവിടങ്ങളായിരുന്ന പ്രധാന കേന്ദ്രങ്ങൾ. കീച്ചേരിയിൽ നിരോ ധനാജ്ഞ പുറപ്പെടുവിച്ചപ്പോൾ യോഗം മൊറാഴയിലേക്ക് മാറ്റിയതും പൊലീസുമായി ഏറ്റുമുട്ടിയതും ചരിത്രം. ഇതേസമയമാണ് മട്ടന്നൂരി ലും തലശ്ശേരിയിലും ഏറ്റുമുട്ടലുണ്ടായത്. മട്ടന്നൂരിൽ എത്തിച്ചേർന്ന ഏറ്റവും വലിയ ജാഥ മുഴക്കുന്ന് നിന്നുള്ളതായിരുന്നു. ആയിരത്തോളം അംഗങ്ങൾ. അവരെ സംഘടിപ്പിച്ചതും ജാഥ നയിച്ചതും കുഞ്ഞാപ്പമാ സ്റ്ററും സി ഗോപാലൻമാസ്റ്ററും. പഴശ്ശിയിൽ നിന്നുള്ള ജാഥ നയിച്ചത് വി അനന്തൻ. ഈ ജാഥക്ക നേരെ വാരിയംകുളത്തുവച്ച് പൊലീസ് ലാത്തിച്ചാർജ് ചെയ്തു. എന്നിട്ടും അംഗങ്ങൾ പിരിഞ്ഞു പോയില്ല. പല വഴികളിലൂടെയായി മട്ടന്നൂരിലെത്തി. മുഴക്കുന്ന് ജാഥ എത്തുംമുമ്പത ന്നെ പൊതുയോഗം ആരംഭിച്ചു. ഉടൻ പോലീസ് ലാത്തിച്ചാർജ്ജും വെടിവെപ്പും തുടങ്ങി. അപ്പോഴാണ് കുഞ്ഞാപ്പമാസ്റ്ററുടെ നേതൃത്വത്തില ുള്ള ജാഥ എത്തുന്നത്. തുടർന്നുണ്ടായ ഏറ്റുമുട്ടലിൽ ഒരു പൊലീസുകാരൻ മരിച്ചു. കുഞ്ഞാപ്പമാസ്റ്റർ ഉൾപ്പെടെ നിരവധി പേർക്ക് പരിക്കുപറ്റി.

അതോടെയാണ് അദ്ദേഹം മുഴക്കുന്ന് വിട്ടുന്നത്. അതുവരെയുള്ള വർഷങ്ങൾ നാട്ടുകാർക്ക് മറക്കാനാവാത്ത അനുഭവമായിരുന്നു. ധീരനും സുന്ദരനുമായ ആ അധ്യാപകൻ രാപകൽ ഓടിച്ചാടി നടന്ന് ജനങ്ങളുടെ പ്രശ്നങ്ങളിൽ ഇടപെട്ട ഉജ്ജ്വലമായിരുന്ന ആ പ്രസംഗം. അദ്ദേഹം ശിവപുരം കേന്ദ്രമാക്കി മട്ടന്നൂർ ഫർക്കയെ രാഷ്ട്രീയമായി ഉഴ തുമറിച്ചു. എൽ. പി സ്കൂളിൽ നിന്ന് രാഷ്ട്രീയപ്രവർത്തനത്തിന്റെപേരിൽ

പിരിച്ചവിടപ്പെട്ട രണ്ട് അധ്യാപകരെ തിരിച്ചെടുക്കാൻ നടത്തിയ സമരത്തിന്റെ മുൻപന്തിയിൽ മാസ്റ്റർ ഉണ്ടായിരുന്നു. കോൺഗ്രസ് സോഷ്യലിസ്റ്റ് പാർട്ടി നേതൃത്വത്തിൽ ഇ എം എസ്സും എ കെ ജിയും മറ്റും ചേർന്ന് കോഴിക്കോട്ട് സംഘടിപ്പിച്ച കമ്മ്യൂണിലേക്ക് കുഞ്ഞാപ്പ മാസ്റ്ററും എകെ കുറുപ്പുമാണ് മട്ടന്നൂരിൽ നിന്ന് പോയത്.

മട്ടന്നൂർ കേസിൽ പ്രതിയായ മാസ്റ്റർ ഒളിവിൽ പോയി. വീരാജ്പേ ട്ടയിൽ ആയിരുന്നു കുറച്ചുകാലം. ചൊവ്വയിൽ നിന്നും പോയ ഒരു കൂട്ടം ബത്തിന്റെ പണിക്കാരനായി താമസമാരംഭിച്ചു. ഒരു ദിവസം മട്ടന്നൂർ ഭാഗത്തെ ചിലർ ഈ വീട്ടിൽ മുത്തപ്പൻ തെയ്യം കെട്ടാനെത്തി. എല്ലാ വർഷവും പോകുന്നതാണ്. ഇത്തവണ കൂടെ കുറെ ആൾക്കാരുമുണ്ട്. എല്ലാവരും മട്ടന്നൂർ കേസിലെ പ്രതികൾ. ഒളിച്ച് താമസിക്കുകയാണ് ലക്ഷ്യം.

ആ വീട്ടിലെത്തിയപ്പോൾ അവർ അന്ധതപ്പെട്ടുപോയി കുഞ്ഞാപ്പ മാസ്റ്റർ പണിക്കാരന്റെ വേഷത്തിൽ ട്രൗസറൊക്കെയിട്ട് നിൽക്കുന്നു. കണ്ടഭാവം നടിക്കുന്നില്ല. സംസാരിക്കാൻ ശ്രമിച്ചവർക്ക് മുഖം കൊടു ത്തില്ല. ആ വീട്ടിൽ താമസിക്കാനും സമ്മതിച്ചില്ല. ഈ ഭാവമാറ്റം കണ്ട് അവർ ക്ഷഭിതരായി ഇറങ്ങിപ്പോയി വേറെ വീട്ടിൽ താമസിച്ചു. രാത്രി അവരെ സ്വകാര്യമായി വിളിച്ച് മാസ്റ്റർ കാര്യം പറഞ്ഞു: 'നാം തമ്മിൽ സംസാരിക്കുന്നത് അപകടമാണ്. മറ്റുള്ളവരുടെ ശ്രദ്ധയിൽ പെടരുത്.' കാര്യങ്ങൾ വിശദീകരിച്ചപ്പോൾ അവർക്ക് ബോധ്യമായി. യാത്രാച്ചെലവിനുള്ള പണം അവരെ ഏൽപിച്ച് മാസ്റ്റർ വീണ്ടും പഴയ പണിക്കാരനായി.

ഒഞ്ചിയമാണ് ഇക്കാലത്തെ മറ്റൊരു പ്രവർത്തനകേന്ദ്രം. അവിടെയും വിപ്ലവത്തിന്റെ അഗ്നി നക്ഷത്രങ്ങൾ വിതച്ച് ജന്മനാടായ കാങ്കോലിൽ തിരിച്ചെത്തി. പയ്യന്നൂർ ഫർക്കയിലെ പാർട്ടി നേതാവായി. പി. കണ്ണൻ നായർക്കുശേഷം ഫർക്കാ കമ്മിറ്റി സെക്രട്ടറിസ്ഥാനം ഏറ്റെടുത്തു. 48 ലെ നെല്ലെടുപ്പ് സമരങ്ങൾക്കു പിന്നിലെ മുഖ്യ ഊർജ്ജം കുഞ്ഞാ പ്പമാസ്റ്റർ തന്നെയായിരുന്നു. മുനയൻകുന്നിലേക്ക് 42 പോരാളികളെ നയിച്ചതും അദ്ദേഹംതന്നെ. വെടിവെപ്പിൽ മരിച്ചത് അച്ഛനാണ് ആദ്യം അറിഞ്ഞത്. ശവമെങ്കിലും കൊണ്ടുവരുമെന്നും അവസാനമായി ഒരു നോക്ക് കാണാൻ കഴിയുമെന്നും കരുതി കുടുംബക്കാർ ദിവസങ്ങളോളം കാത്തിരുന്നു. പക്ഷേ അതുണ്ടായില്ല.

സഹോദരൻ കെ. സി. കോരൻ രാഷ്ട്രീയ പ്രവർത്തകനായി തുടർന്നു. 48 ലെ നെല്ലെടുപ്പുമായി ബന്ധപ്പെട്ട സുപ്രധാന യോഗം നടന്നത് കോരന്റെ വീട്ടിലാണ്. ഇ. എം. എസ്, എ. കെ. ജി,ഇ. കെ നായനാർ,

കാന്തലോട്ട് കുഞ്ഞമ്പു തുടങ്ങിയവർ പങ്കെടുത്ത പല യോഗങ്ങളും ഇവിടെ നടന്നിട്ടുണ്ട്. 1962 മുതൽ 72 വരെ കാങ്കോൽ ആലപ്പടമ്പ് പഞ്ചായത്ത് പ്രസിഡണ്ട് ആയിരുന്ന കോരൻ. ചിരി, ചെമ്മരത്തി,കുഞ്ഞി രാമൻ, കുഞ്ഞമ്പു,മാധവി തുടങ്ങിയവരായിരുന്ന മറ്റ് സഹോദരങ്ങൾ

രക്തസാക്ഷി മൊടത്തറ ഗോവിന്ദൻനായർ കോറോം ക്ളർക്കരയി ലാണ് ജനിച്ചത്. അച്ഛൻ കൊടക്കൽ പടിഞ്ഞാറെ വീട്ടിൽ കേളനായർ. അമ്മ മൊടത്തറ തേമന. രണ്ടാമത്തെ മകനായിരുന്ന ഗോവിന്ദൻ. മൂത്തത് സഹോദരി പാർവതി. താഴെ നാരായണൻ, ജാനകിയമ്മ, രാഘവൻ, ദാമോദരൻ. പ്രാഥമികവിദ്യാഭ്യാസത്തിനുശേഷം കൃഷിപ്പണി യിലേക്കിറങ്ങിയ ഗോവിന്ദൻ നമ്പ്യാർ ഏ. വി. ചിണ്ടന്റെയും ടി. പി. സി. നമ്പ്യാരുടെയും സഹവാസത്തിലൂടെയാണ് കർഷകസംഘം പ്രവർത്ത കനായത്. കെ. എസ്. സുബ്രഹ്മണ്യയ്യരുടെയും ആലപ്പടമ്പ് ശ്രീധരൻന മ്പീശന്റെയും ഭൂമി പാട്ടത്തിനെടുത്തായിരുന്ന ഗോവിന്ദൻ നമ്പ്യാരുടെ അച്ഛൻ കേളനായർ കൃഷി ചെയ്തിരുന്നത്. സുബ്രഹ്മണ്യയ്യരുടെ ഒരു കത്ത് കയ്യിലുണ്ടായിരുന്നതിനാൽ പൊലീസ് കേളനായരെ അധികം ഉപദ്രവിക്കാറില്ല. പാട്ടവും വാരവും വാങ്ങാൻ ജന്മിയുടെ പണിക്കാർ വരുമ്പോൾ ബാലസംഘം പ്രവർത്തകരെയും കൂട്ടി ഗോവിന്ദൻ ജാഥ നടത്തും. വാരം തരില്ലെന്നും പാട്ടമളക്കില്ലെന്നും ജന്മിത്വം തുലയട്ടെയെ ന്നും മുദ്രാവാക്യം വിളിക്കും. ആലക്കാട്ടെ നെല്ലെടുപ്പിന് ഗോവിന്ദനും പോയിരുന്നു. അച്ഛന്റെ മരുമകൻ കെ. പി. കുഞ്ഞിക്കണ്ണൻമാസ്റ്റർ പാർട്ടിയുടെ മലബാർജില്ലാ കമ്മറ്റി അംഗമായിരുന്നു. കണ്ണൻ മാസ്റ്ററോ ടൊപ്പം ഗോവിന്ദനും ചേർന്നു. അച്ഛൻ കേളനായരുടെ പീടികയിൽവച്ച് നെല്ല് അളന്നുകൊടുക്കുന്നതിൽ ഗോവിന്ദനും മുന്നിലുണ്ടായിരുന്നു.

തുടർന്ന് ഒളിവിൽപോയി. മുനയൻകുന്നിലേക്ക് നീങ്ങിയ 42പേരുടെ കൂട്ടത്തിൽ കൂടി. മുനയൻകുന്നിൽ വെടിയേറ്റ് രക്തസാക്ഷിയായതോടെ മൊടത്തറ വീരപുരുഷനായി.

'പാർട്ടിയിൽ ചേരാർന്ന
ഗോവിന്ദൻനമ്പ്യാരും
പട്ടാളവീരൻ
ചിണ്ടപ്പൊഴുവാളും'

മുനയൻകുന്ന് സഖാക്കളെക്കുറിച്ച് പാട്ടുപോലും പ്രചരിക്കുകയു ണ്ടായി.

മൊടത്തറ ഗോവിന്ദൻനമ്പ്യാർക്ക് മരിക്കുമ്പോൾ 25 വയസ്സാണ് പ്രായം. ഭാര്യ പ്രസവിച്ചുകിടക്കുകയായിരുന്നു. ഏക മകൾ സാവിത്രിക്ക് പ്രായം മൂന്നുമാസം. അച്ഛന്റെ മരുമകൾ കെ. പി. ലക്ഷ്മിയായിരുന്ന ഭാര്യ.

വളരെ നേരത്തെ, ഇരുപതാം വയസ്സിൽത്തന്നെ നമ്പ്യാർ വിവാഹിത നായി. അന്ന് ബാലസംഘത്തിന്റെയും കർഷകസംഘത്തിന്റെയും പ്രവർത്തകനായിരുന്നു. കൃത്യമായി കൃഷിപ്പണി ചെയ്തില്ലെങ്കിൽ അച്ഛൻ കേളനായർ ശാസിക്കും. അതിനാൽ, പണി കഴിഞ്ഞശേഷമായിരുന്നു രാഷ്ട്രീയപ്രവർത്തനം.

ഒരു ദിവസം രാവിലെ ചായ കുടിച്ചുകൊണ്ടിരിക്കുമ്പോഴാണ് സംഘം പ്രവർത്തകരായ ഏതാനും പേർ വന്ന് വിളിച്ചത്. 'മനിയേരി നാരായ ണൻനായർ നെല്ലുകടത്തുന്നു. വേഗം വാ...' ധൃതിയിൽ കൂർക്കരയിലെ ത്തിയ ഗോവിന്ദൻനമ്പ്യാർ കണ്ടങ്കാളിയിലേക്ക് കടത്തുകയായിരുന്ന മനിയേരി നാരായണൻനമ്പ്യാരുടെ നെല്ല് പിടിച്ചെടുക്കുന്നതിൽ പങ്കെടുത്തു. 1946ലായിരുന്നു അത്.

അന്നുമുതൽ വീട്ടിൽ പൊലീസുകാർ നിത്യസന്ദർശകരായി. ആലക്കാട്ടെ നെല്ലെടുപ്പോടെ പൊലീസ് വേട്ടനായ്ക്കളായി. മകനെ കിട്ടാത്തതിന്റെ അരിശം അച്ഛൻ കേളനായരോടാണ് തീർത്തത്. വിഷുകഴിഞ്ഞ് രണ്ടാം നാൾ രാത്രി കേളനായർ ഉണ്ണാനിരുന്നതാണ്. പെട്ടെന്നാണ് പട്ടികുരക്കുന്ന ശബ്ദം കേട്ടത്. പൊലീസുകാർ മുറ്റത്തെ ത്തിയയുടൻ അലറി. 'ഇറങ്ങി വാടാ...' വാരിയ ചോറ് വായിലിട്ടില്ല. അഴുമായി മുറ്റത്തിറങ്ങി. പട്ടിക്ക് അത് കൊട്ടക്കാൻ കുനിഞ്ഞതായി രുന്നു. അപ്പോഴേക്കും കഷണ്ടിത്തലയ്ക്ക് അടി വീണു. 'ചെയ്യല്ലേപ്പാ...'- സ്ത്രീകളും കുട്ടികളും നിലവിളിച്ചുപോയി. സുബ്രഹ്മണ്യയ്യർ ജന്മിയുടെ പാട്ട ക്കാരനായിട്ടും തന്റെ സ്വന്തക്കാരനാണെന്ന ജന്മിയുടെ കത്തുണ്ടായിട്ടും മർദ്ദനത്തിന് കുറവുണ്ടായില്ല. 'എട്ടുക്കെടാ മച്ചിന്റെ താക്കോൽ' വീണ്ടും പൊലീസിന്റെ ഗർജ്ജനം. വിറയൽമൂലം താക്കോലെടുക്കാൻ പറ്റാതെ നിന്നപ്പോൾ പിന്നെയും മർദ്ദനം.

'എവിടെടാ നിന്റെ മോൻ ഗോവിന്ദൻ?'

'എനക്കറിയില്ലപ്പാ...'- സത്യം പറഞ്ഞപ്പോൾ വീണ്ടും അടി.

മുകളിലെ മുറികൾ തുറന്ന പൊലീസുകാർ അവിടെ സൂക്ഷിച്ചിരുന്ന നെല്ലും അരിയും പച്ചക്കറി സാധനങ്ങളും ചട്ടിയും കലവും പണിക്കാരുടെ കളക്കുടപോലും അടിച്ചുതകർത്തു. തന്റെ വയലിലെ പണിക്കാരനെ ക്കൊണ്ട് ഭീഷണിപ്പെടുത്തി തല്ലിച്ചു. പിലാക്കവീട്ടുകാരനായ അവൻ കരഞ്ഞുകൊണ്ടാണ് പൊലീസ് ഉത്തരവ് നടപ്പാക്കിയത്.

വീട് അടിച്ചുതകർക്കാൻ തുടങ്ങിയതോടെ സ്ത്രീകളും കുഞ്ഞുങ്ങളുമ ല്ലാം നിലവിളിച്ചു കൊണ്ട് പുറത്തേക്കോടി. കൈത്തരിപ്പ് ഒരുവിധം അടങ്ങിയപ്പോൾ കേളനായന്മാരെയും അനുജൻ കുഞ്ഞനന്യരെയും

പിടിച്ചുകൊണ്ടുപോയി. കുഞ്ഞമ്പുവെ പിറ്റേന്ന് വിട്ടു. മകനെ കിട്ടാതെ അച്ഛനെ വിടില്ലെന്നും പറഞ്ഞ് കേളനായരെ ലോക്കപ്പിലിട്ടു. ആ പാവത്തിന് 18 മാസം ജയിലിൽ കിടക്കേണ്ടിവന്നു.

വീട്ടിൽ അതിക്രമം നടക്കുന്നതറിഞ്ഞ് പൊലീസിന് കീഴടങ്ങാൻ ഒരുങ്ങിയതാണ് ഗോവിന്ദൻനമ്പ്യാർ. വീട്ടിലേക്കൊന്ന് പോയി നോക്കാ മെന്ന് കരുതി ഒളിവുകേന്ദ്രമായ ആലക്കാട്ടനിന്നിറങ്ങി. 'ഇനിയെന്തിനാ വീട്ടിൽ പോകുന്നത്? അച്ഛനെ അവർ പിടിച്ചുകൊണ്ടുപോയി. '- ഒരു സഖാവ് പറഞ്ഞു. തേങ്ങലോടെ ഒളിവിലേക്കതന്നെ മടങ്ങി. മുനയൻ കുന്നിലേക്കുള്ള സംഘത്തിൽ ചേർന്നു.

കേളനായരെ ലോക്കപ്പിലിട്ടിട്ടും പോലീസിന്റെ ശൗര്യം അടങ്ങിയില്ല. ചെന്ന് ഗോവിന്ദൻനമ്പ്യാരുടെ ഭാര്യയെ ഭീഷണിപ്പെടുത്തിത്തുടങ്ങി. ഭർത്താവിനെ ഉടൻ ഹാജരാക്കിയില്ലെങ്കിൽ അവരെയും കുഞ്ഞിനെയും ബാക്കിവെച്ചേക്കില്ലെന്നായിരുന്ന ഭീഷണി. ആണങ്ങളില്ലാത്ത വീടാണ്. സാവിത്രിമോളെ മാറോടടുക്കി ലക്ഷ്മിയമ്മ ഭയന്നുവിറച്ചു. അതിക്രമം സഹിക്കാവുന്നതിനപ്പുറമായപ്പോൾ ഗോവിന്ദൻനമ്പ്യാരുടെ മൂത്തചേച്ചി പാർവ്വതിയമ്മയും ബന്ധുവായ കൊടക്കൽ ചിരുതേവിയും പ്രതികരിച്ച പോയി- 'പെണ്ണങ്ങളോട്ടം വേണോ പരാക്രമം?'. പൊലീസ് ശബ്ദമുയർ ത്തി- 'അടിച്ച ശരിപ്പെടുത്തിക്കളയും'. സ്ത്രീകൾ വിട്ടില്ല. 'പെണ്ണങ്ങളെ അടിക്കാൻ നിയമമുണ്ടോ?'. അടിയായിരുന്ന അതിനുള്ള മറുപടി. സാവിത്രി ബഹളം കേട്ട് വാവിട്ട് കരഞ്ഞു.

മുനയൻകുന്നിൽവച്ച് ഗോവിന്ദൻ നമ്പ്യാർ വെടിയേറ്റ് മരിച്ചതറിഞ്ഞ് ആ കുടുംബം വാവിട്ട് നിലവിളിച്ചു. ജഡം ഒരു നോക്കു കാണാൻപോലും സാധിച്ചില്ലല്ലോ എന്നോർത്തപ്പോൾ സങ്കടം ഇരട്ടിച്ചു.

മകൾ സാവിത്രിക്കിപ്പോൾ വയസ്സ് 73. അച്ഛന്റെ രക്തസാക്ഷിത്വ ത്തിന്റെ അത്രയും പ്രായം. പയ്യന്നൂരിലെ കല്ലത്ത് ജനാർദ്ദനനാണ് സാവിത്രിയെ വിവാഹം ചെയ്തത്. ഊട്ടിയിൽ വളർന്ന അദ്ദേഹം എയർ ഫോഴ്സ് ഉദ്യോഗസ്ഥനായിരുന്നു. പിരിഞ്ഞതിനുശേഷം നാട്ടിൽ താമ സമാക്കി. ഈ ദമ്പതികൾക്ക് നാല്യ മക്കൾ. രവി, സുജാത, രേണുക, ഉദയകുമാർ.

കാനായി പയ്യന്നൂർ റൂട്ടിലൂടെ പോകുമ്പോൾ ക്ളർക്കര റോഡരികിൽ ഒരു കെട്ടിടം കാണാം സ. മൊടത്തറ ഗോവിന്ദൻനമ്പ്യാർ സ്മാരക വായനശാല.

കണ്ടമ്പത്ത് അപ്പാട്ട് (കെ. എ) വീട്ടിൽ ചിണ്ടപ്പൊഴുവാൾ പയ്യന്നു രിന്റെ വീരപുത്രനാണ്. 1916 ലാണ് ജനനം. കൊക്കാനിശ്ശേരിയിലെ

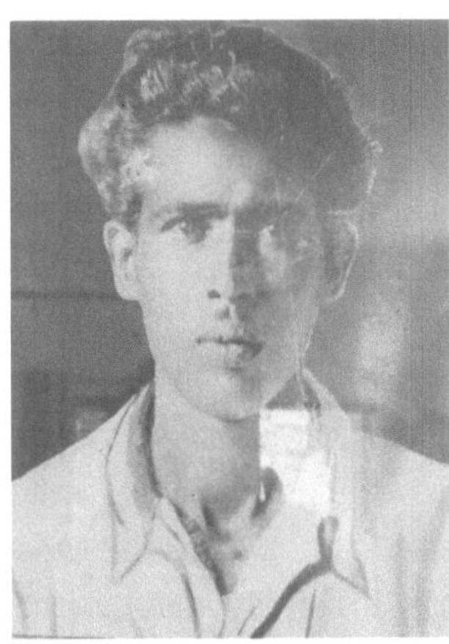

കെ. എ. ചിണ്ടപ്പൊഴുവാൾ

കണ്ടമ്പത്ത് വീട്ടിലെ മുറികൾ പണ്ടേ രാഷ്ട്രീയ പ്രവർത്തകരുടെ താവളമായിരുന്നു. സുബ്രഹ്മണ്യസ്വാമി ക്ഷേത്രത്തിന സമീപത്തെ സംസ്കൃത പാഠശാലയിൽ കുറച്ചനാൾ പഠിച്ചശേഷം പയ്യന്നൂർ ബി ഇ എം സ്കൂളിൽ ചേർന്ന പൊഴുവാൾക്ക് ദാരിദ്ര്യം മൂലം അഞ്ചാം തരത്തിൽ പഠിത്തം നിർത്തേണ്ടിവന്നു. തുടർന്ന് പി. വി. എസ് ബീഡിക്കമ്പനിയിലെ തൊഴിലാളിയായി.

പി കണ്ണൻ നായരുടെ സഹവാസമാണ് രാഷ്ട്രീയത്തിലേക്കുള്ള വാതിൽ തുറന്നു കൊടുത്തത്. ബീഡിത്തൊഴിലാളികൾക്കിടയിലും കർഷകസംഘത്തിലും പ്രവർത്തനമാരംഭിച്ചു. ചെറുപ്പത്തിലേ ഗുസ്തി പഠിച്ചതിനാൽ ഗുസ്തിക്കാരൻ ചിണ്ടപ്പൊഴുവാൾ എന്നാണ് നാട്ടുകാർ വിളിച്ചിരുന്നത്. ഉരുക്കുപോലുള്ള ശരീരവും മനസ്സും ആയിരുന്നു പൊഴുവാളുടേത്. കോൺഗ്രസ്സുകാരും ഗുണ്ടകളും ചിണ്ടപ്പൊഴുവാൾ എന്നുകേട്ടാൽ ഞെട്ടി വിറക്ക മായിരുന്നു. രണ്ടാം ലോക മഹായുദ്ധ കാലത്ത് പട്ടാളത്തിൽ പോയി. സൈനിക പരിശീലനവും രാഷ്ട്രീയബോധവും കൂടിച്ചേർന്നപ്പോൾ പൊഴുവാൾ ഉരുക്ക മനുഷ്യനായി. യുദ്ധം കഴിഞ്ഞ് തിരിച്ചവന്നശേഷം കർഷകസംഘവും കമ്മ്യൂണിസ്റ്റ് പാർട്ടിയും കെട്ടിപ്പടുക്കാൻ സജീവമായി രംഗത്തിറങ്ങി. പയ്യന്നൂർ ഫർക്കയുടെ വളണ്ടിയർ ക്യാപ്റ്റനായി.

കരിവെള്ളൂർ സംഭവത്തിന ശേഷം പൊലീസ് പൊഴുവാളിനെ നോട്ടമിട്ടു. 1948 ആകുമ്പോഴേക്കും അവർ വേട്ടയാടിത്തുടങ്ങി. രാപ്പകൽ പൊലീസ് വീട്ടുകയറി ഭീഷണിമുഴക്കി. ഒരിക്കൽ ഭാര്യ വീട്ടിനടുത്ത കരിപ്പത്ത് കളരിയിൽ ഒളിച്ച താമസിക്കുന്നുണ്ട് എന്ന് ആരോപിച്ചു പൊലീസ് കളരി ചവിട്ടിത്തകർത്ത് പരിശോധന നടത്തുകയുണ്ടായി.

കേളോത്തെ കെ. എ. പാർവതിയെയാണ് വിവാഹം ചെയ്തത്. പാർവതിക്ക് പൊഴുവാളെ നേരത്തേ അറിയാം. അപകടകരമായ ജീവിതമാണ് നയിക്കുന്നതെന്ന് അറിഞ്ഞുകൊണ്ടതന്നെയാണ് വിവാഹത്തിന് സമ്മതിച്ചത്. കോരോം നെല്ലെടുപ്പിന് പോയശേഷം പൊഴുവാൾ ഒളിവിലായി. അതിന മുമ്പും ഒളിവിലെന്നപോലെത്തന്നെ യായിരുന്നു. ഭർത്താവിനെ പാർവതി പകൽവെളിച്ചത്തിൽ കാണുന്നതുതന്നെ അപൂർവം. മുനയൻകുന്നിൽ പോകുന്നതിന് ഒരാഴ്ചമുമ്പാണ്

വീട്ടിൽ നിന്നിറങ്ങിയത്. അതിനുശേഷം ഒരു പാതിരാത്രിയിൽ മറ്റാ രുമറിയാതെ ഭാര്യവീട്ടിൽ ചെന്നു. ഭർത്താവിന്റെ വിളികേട്ട പാർവതി പുല്ലുമേഞ്ഞ പുരയിൽനിന്ന് മണ്ണെണ്ണ വിളക്കുമായി പുറത്തിറങ്ങി. വീടിന വലതുഭാഗത്തായി ഒരു ക്രവൽ (ചെറിയ കിണർ) ഉണ്ട്. അതിനടുത്ത് നിൽക്കുകയാണ് പൊതുവാൾ. മുനയൻകുന്നിൽ പോവുകയാണെന്നും മോളെ നന്നായി നോക്കണം എന്നുമൊക്കെ പതിഞ്ഞ ശബ്ദത്തിൽ പറഞ്ഞു കൊണ്ടിരിക്കെയാണ് മകൾ ശാരദ പുറത്തുവന്നത്. ഒന്നര വയസ്സായിരുന്ന അവൾക്ക്. അച്ഛനെ കണ്ടതോടെ 'അച്ഛാ' എന്ന് വിളിച്ച് അവൾ കരച്ചിൽ തുടങ്ങി. വീട്ടിലെ നായ ഉച്ചത്തിൽ കുരയ്ക്കാനുമാ രംഭിച്ചു. അയൽക്കാർ ഉണർന്നാൽ അപകടമാണെന്ന് അറിയാമായിരു ന്ന പാർവതി ഭർത്താവിനോട് ഉടനെ പോകാൻ നിർദേശിക്കുകയായി രുന്നു. കുഞ്ഞുമോളുടെ കവിളിൽ ഉമ്മ കൊടുത്ത് പൊതുവാൾ ഇരുട്ടിൽ മറഞ്ഞു. മകളുടെ വാവിട്ടുള്ള കരച്ചിലിന്റെ പിൻവിളി യെ മറികടന്ന് ആ വിപ്ലവകാരി നേരെ മുനയൻകുന്നിലേക്കുള്ള സഖാക്കളുടെ അടുത്തേക്ക് നടന്നു.

വെടിവെപ്പ് കഴിഞ്ഞ് പിറ്റേന്ന് അമ്മ മാണിയമ്മയും ചിണ്ടപ്പൊതു വാളുടെ മരുമകനും റേഷൻ കടയിൽ ക്യൂ നിൽക്കുകയായിരുന്നു. ആരോ കടന്നു വന്ന് അമ്മയുടെ കാതിൽ ആ ദുരന്തവാർത്ത മന്ത്രിച്ചു. തകർന്ന പോയ അമ്മയ്ക്ക് കരയാൻപോലും കഴിഞ്ഞില്ല. കരഞ്ഞാൽ അതുമതി പൊലീസ് അക്രമത്തിന്. മേശപ്പുറത്തെ കാർഡ് പോലുമെടുക്കാതെ കേളോത്തേക്ക് തിരിച്ചു. പാർവതിയോട് കാര്യം പറഞ്ഞു. കണ്ടമ്പത്ത് വീട് നിലവിളിയിൽ മുങ്ങി.

മകൾ ശാരദയ്ക്ക് ഇപ്പോൾ അച്ഛന്റെ മുഖം ഓർത്തെടുക്കാൻ തന്നെ യാവുന്നില്ല. 2010 ജൂലൈ 14ന് തൊണ്ണൂറാം വയസ്സിൽ പാർവതിയമ്മ അന്തരിച്ചു. ശാരദ സിപിഐ (എം) പ്രവർത്തകയാണ്. പയ്യന്നൂർ നഗരസഭാ കൗൺസിലറായിരുന്നു. ഭർത്താവ് ബാലകൃഷ്ണൻ തയ്യൽ ത്തൊഴിലാളി. മക്കൾ: രാധ, ഉണ്ണി. ചിണ്ടപ്പൊതുവാളുടെ സഹോദരി ദേവകി 2020 ജൂലൈ 11നാണ് അന്തരിച്ചത്.

കോറോത്തെ കെ പി കൃഷ്ണൻ നായരുടെയും പാർവതിയമ്മയുടെയും മൂത്തമകനാണ് പാപ്പിനിശ്ശേരി കേളനമ്പ്യാർ. ഇളയമ്മയുടെ മകനാണ് പാപ്പിനിശ്ശേരി കൃഷ്ണൻനായർ. ഒരേ വീട്ടിൽ താമസക്കാരായ ഇരുവരും ഒന്നിച്ചാണ് കർഷകസംഘത്തിൽ ചേർന്നത്. പ്രവർത്തനങ്ങളിലും ഒന്നിച്ചുതന്നെ പങ്കെടുത്തു കൊടക്കൽ കണ്ണൻമാസ്റ്റർ ഇവരുടെ അടുത്ത ബന്ധുവായിരുന്നു. ഒരു സഹോദരി :ദേവകി. പ്രാഥമിക വിദ്യാഭ്യാസ ത്തിനുശേഷം കൃഷിപ്പണിക്കിറങ്ങിയ കേളനമ്പ്യാർ കർഷകസംഘം

പ്രവർത്തകനായി. കെ. സി കുഞ്ഞാപ്പമാസ്റ്ററുടെ ഗൃഹസന്ദർശനവും ഇതിന് പ്രചോദനമായിട്ടുണ്ട്. കോറോം നെല്ലെടുപ്പിൽ പങ്കെടുത്ത കേളനമ്പ്യാർ അന്ന് രാത്രി ഒളിവിൽപോയി. പിറ്റേന്ന് പ്രതിഷേധജാ ഥയിൽ പങ്കെടുത്തു. പൊലീസ് വെടിവച്ചപ്പോൾ ചിതറിയോടി. പങ്ങട അറ കുതിരിൽ കുറേനേരം ഒളിച്ചു. വീട്ടിൽ പോയപ്പോഴേക്കും എല്ലാം പൊലീസ് അടിച്ച തകർത്തിരുന്നു. വീണ്ടും ഒളിവിലേക്ക്.

ഏപ്രിൽ 21ന് വൈപ്പിരിയത്ത് ചേർന്ന യോഗത്തിൽ കേളനമ്പ്യാ രും പങ്കെടുത്തു. മുനയൻകുന്നിലേക്ക് പോകാൻ നാലു സംഘമായി ആളകളെ തിരിച്ചതിൽ പ്രാപ്പൊയിൽ വഴിയുള്ള സംഘത്തിലായിരുന്ന കേള നമ്പ്യാർ. പ്രാപ്പൊയിൽ നെല്ലെടുപ്പിനശേഷം കുറച്ചദിവസം ആ ഭാഗത്ത് ഒളിവിൽ കഴിഞ്ഞു. തിരിച്ച് കോറോത്തേക്ക് വരാൻ നിൽ ക്കുമ്പോഴാണ് മുനയൻകുന്നിലേക്കുള്ള സംഘം എത്തിച്ചേർന്നത്. അവരോടൊപ്പം മുനയൻകുന്നിലെത്തിയ കേളനമ്പ്യാർ സെൻട്രി നിൽക്കുമ്പോഴാണ് വെടിയേറ്റ മരിച്ചത്. അന്ന് 25 വയസ്സായിരുന്ന പ്രായം. പനയന്തട്ട ജാനകിയെ വിവാഹം ആലോചിച്ചവച്ചതായിരു ന്നു. സഹോദരി ദേവകിയെ പനയന്തട്ട രാമൻനമ്പ്യാരാണ് വിവാഹം ചെയ്തത്. ദേവകി പിന്നീട് പ്രസവത്തിൽ മരിച്ചു. ദാമോദരൻ, സാവിത്രി, പത്മാവതി, മാധവൻ, ചന്ദ്രമതി എന്നിവരാണ് ദേവകിയുടെ മക്കൾ.

പനയന്തട്ട ലക്ഷ്മിയമ്മയുടെ മകനാണ് രക്തസാക്ഷി പനയന്തട്ട കണ്ണൻ നമ്പ്യാർ. വെള്ളരിൽ നിന്ന് മുനയൻകുന്നിനടുത്ത ചിറ്റാരിക്കാ ലിലേക്ക് താമസം മാറ്റിയ അദ്ദേഹം അവിടെ കൃഷി ചെയ്ത താമസിക്ക കയായിരുന്നു. ആലപ്പടമ്പിലെ ചെറുവാട്ടിൽ കല്യാണിയെ വിവാഹം ചെയ്തു. വയക്കര വില്ലേജിലെ മലയോര ഗ്രൂപ്പ് കർഷകസംഘം പ്രവർ ത്തകനായി. മുനയൻകുന്നിലേക്ക് സഖാക്കൾ വരുന്നതറിഞ്ഞ് കൂടെ ചേർന്നതാണ് നമ്പ്യാർ. സംഭവ ദിവസം പറമ്പിന്റെ പ്രവേശനകവാട ത്തിൽ സെൻട്രിയായി നിന്നത് കണ്ണൻ നമ്പ്യാരാണ്. ഇദ്ദേഹത്തിനാണ് ആദ്യവെടി കൊണ്ടത്.

അന്ന് മൂത്തമകൾ സരോജിനിക്ക് ഒരു വയസ്സാണ് പ്രായം. മകൻ രാഘവൻ ഗർഭസ്ഥശിശുവായിരുന്നു. വെടിവെപ്പിനശേഷം വീട്ടിൽ പൊലീസ് ക്രൂരമായ ആക്രമണം നടത്തി. മകൾ സരോജിനി ഇപ്പോൾ ചിറ്റാരിക്കലിൽ താമസിക്കുന്നു. രാഘവൻ കോക്കടവില്ലം.

കുന്തമ്മൽ കുഞ്ഞിരാമന് വെടിയേറ്റമരിക്കുമ്പോൾ പ്രായം 19. കരി വെള്ളൂർ മണക്കാട്ടെ കരിമ്പിൽ കൃഷ്ണൻവൈദ്യരുടെയും ആലപ്പടമ്പിലെ കുന്തമ്മൽ പാട്ടിയമ്മയുടെയും മകനാണ്. കുന്തമ്മൽ മാണി, അപ്പ,

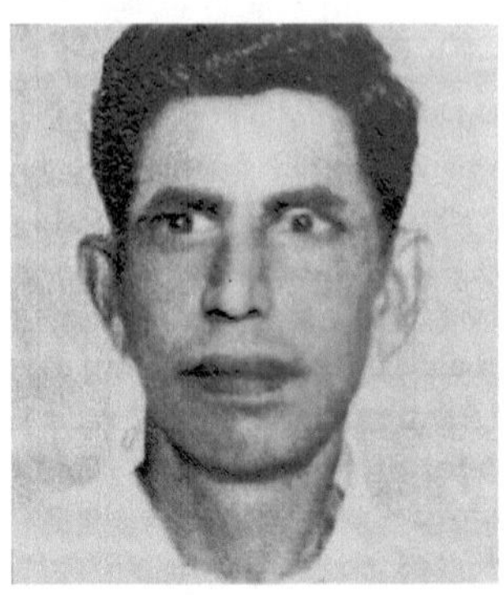

കുന്നമ്മൽ കുഞ്ഞിരാമൻ

മാവിലാ ചിണ്ടൻ നമ്പ്യാർ

ശ്രീദേവി, കണ്ണൻ എന്നിവർ സഹോദരങ്ങൾ. സഹോദരി ശ്രീദേവിയെ വിവാഹം ചെയ്തത് കരിവെള്ളൂരിലെ പാർട്ടിനേതാവ് പയങ്ങാപ്പാടൻ കുഞ്ഞിരാമൻ. രാഷ്ട്രീയ പ്രവർത്തനത്തിലിറങ്ങാൻ അതുമൊരു പ്രചോ ദനമായി. കരിവെള്ളൂർ മാന്യഗുരു സ്ക്കൂളിൽ ഏഴാംതരം വരെപഠിച്ചു. തുടർന്ന് അമ്മാവൻവലിയരാമനോടൊപ്പം കൃഷിപ്പണിയിലിറങ്ങി. അന്നേ നിശാപാഠശാലകളിൽ മുതിർന്നവർക്ക് ക്ലാസെടുത്തുതുടങ്ങി യിരുന്നു. മാഷ് എന്നാണ് എല്ലാവരും വിളിച്ചിരുന്നത്. ചെറുപ്പത്തിലേ ബാലസംഘം പ്രവർത്തകനായി. ബാലസംഘം ആലപ്പടമ്പ് വില്ലേജ് പ്രസിദ്ധമായിരുന്നു. ഇ. വി. കുഞ്ഞിക്കണ്ണനായിരുന്നു സെക്രട്ടറി. ബാലഭാരതസംഘം എന്നാണന്ന് പേര്. ഒപ്പം കർഷക സംഘത്തിലും പ്രവർത്തിച്ചു.

ആലപ്പടമ്പിൽ നെല്ലെടുക്കാൻ തീരുമാനിച്ചിട്ടുണ്ടെന്നും പറ്റാവുന്നത്ര കുട്ടികളെയും കൂട്ടി എത്തണമെന്നും അമ്മാവൻ കുന്നമ്മൽ രാമനും സി. കെ. കുഞ്ഞിരാമൻനായരുമാണ് കുഞ്ഞിരാമനോട് പറയുന്നത്. ഒളിവിലെ സഖാക്കൾക്ക് കത്ത് കൈമാറിയും മറ്റും രഹസ്യപ്രവർത്തനം നടത്തിയ പരിചയമുണ്ടായിരുന്നു. നെല്ലെടുപ്പ് കേസിൽ പ്രതിയാവുക യും സഹോദരി ശ്രീദേവിയെ പൊലീസ് ഭീകരമായി പീഡിപ്പിക്കുകയും ചെയ്തതോടെ ആ മനസ്സിൽ പക ജ്വലിച്ചു.

നെല്ലെടുപ്പിനശേഷം ഒളിവിൽ പോയി. വീട് പോലീസ് അടിച്ച തകർത്തു. വൈപ്പിരിയത്തെ യോഗത്തിൽ പങ്കെടുത്ത ശേഷം ആലപ്പ ടമ്പ് മഠം ആക്രമിച്ച് മുനയൻകുന്നിലേക്ക് പുറപ്പെട്ട സംഘത്തിൽ അംഗമായി. വെടിവെപ്പ് നടക്കുമ്പോൾ ചിറ്റാരിക്കകത്ത് ഉറക്കമായിരുന്നു. പൊലീസ് അറസ്റ്റ് ചെയ്ത് പുറത്ത് നിർത്തിയപ്പോൾ ഓടി രക്ഷപ്പെടാൻ ശ്രമിച്ചു. അപ്പോഴാണ് വെടിവച്ചത്. തൽക്ഷണം മരിച്ചു.

മുനയൻകുന്നിൽവച്ചല്ല മരിച്ചതെങ്കിലും മാവിലാ ചിണ്ടൻനമ്പ്യാരും മാരാങ്കാവിൽ കുഞ്ഞമ്പുവും കാനപ്രവൻ അബ്ദുൾഖാദറും മുനയൻകുന്ന് രക്തസാക്ഷികൾ തന്നെ. ആലപ്പടമ്പിലെ മാവിലാ വീട്ടിൽ ലക്ഷ്മിയ മ്മയുടെയും കൈപ്ര വൻ കമ്മാരനെഴുത്തച്ഛന്റെയും മകനായി 1901 ൽ ജനിച്ച ചിണ്ടൻനമ്പ്യാർ ആദ്യകാലത്ത് കമ്യൂണിസ്റ്റ്പാർട്ടി അനുഭാവി മാത്രമായിരുന്നു. കൃഷിയിൽ അദ്വിതീയൻ. രണ്ടാം ലോകമഹായുദ്ധകാ ലത്ത് 1944 ൽ പട്ടാളത്തിൽ ചേർന്നു. 46 ൽ തിരിച്ചുവന്നു. കരിവെള്ളൂർ സമരത്തിൽ ആലപ്പടമ്പ് പ്രകമ്പനം കൊള്ളുകയായിരുന്നു. നമ്പ്യാർ കർഷകസംഘം പ്രവർത്തകനായി. തുടർന്ന് കമ്യൂണിസ്റ്റും. ആലപ്പ ടമ്പിലെ വളണ്ടിയർ ക്യാപ്റ്റനായി വൈകാതെ നിയോഗിക്കപ്പെട്ടു. ചെറുത്തുനിൽക്കാനും ആയുധമുപയോഗിക്കാനും നമ്പ്യാർ വളണ്ടിയർ മാരെ പഠിപ്പിച്ചു.

കോരോത്തെയും ആലപ്പടമ്പിലെയും കുറ്റരിലെയും നെല്ലെടുപ്പിൽ ചിണ്ടൻനമ്പ്യാർ പങ്കെടുത്തു. പൊലീസ് ഭീകരതയെ ചെറുക്കാൻ ആലപ്പ ടമ്പ് ശ്രീധരൻനമ്പീശന്റെ മഠം ആക്രമിക്കാനും മുനയൻകുന്നിലേക്ക് രക്ഷപ്പെടാനും പദ്ധതിയിട്ട വൈപ്പിരിയത്തെ യോഗത്തിൽ നമ്പ്യാരും ഉണ്ടായിരുന്നു. മഠം ആക്രമിച്ച് ആയുധങ്ങൾ സംഭരിച്ച് എരമം വഴി നീങ്ങിയ സംഘത്തിലെ പ്രമുഖരിൽ ഒരാളായിരുന്നു ചിണ്ടൻനമ്പ്യാർ. മുനയൻകുന്നിൽ പൊലീസ് വെടിയുതിർത്തപ്പോൾ ഓടി രക്ഷപ്പെട്ട കിലും കൈക്ക് വെടികൊണ്ടു. തുടർന്ന് ഒളിവിൽ കഴിഞ്ഞു. നമ്പ്യാരുടെ വീട് പൊലീസ് ചുട്ടെരിച്ചു. ഭാര്യ കൈപ്രത്ത് പാട്ടിയമ്മയും മക്കളും വഴിയാധാരമായി.

പാട്ടിയമ്മക്ക് അഞ്ച് മക്കളാണുണ്ടായിരുന്നത്. ആദ്യം വിവാഹം കഴിച്ച പെരിങ്ങോത്തെ കോളിയാടൻ കോരൻനമ്പ്യാരിൽ തമ്പായിയും പുത്തൂരിലെ കൃഷ്ണൻ നമ്പീശനിൽ കാർത്ത്യായനിയും. പിന്നീട് വിവാഹം ചെയ്ത ചിണ്ടൻ നമ്പ്യാരിൽ മൂന്നു മക്കൾ; നാരായണി, കണ്ണൻ, പത്മിനി. ഇളയ മകൾ പത്മിനിക്ക് 11 മാസമായിരുന്നു പ്രായം. കാർത്ത്യായനി ക്ക് പന്ത്രണ്ട് വയസ്സ്. ഏക ആൺതരിയായ കണ്ണന് മൂന്നു വയസ്സ്. മൂത്തവരായ തമ്പായിയും കാർത്ത്യായനിയും ചെറുപ്പത്തിലേ പണിക്ക് പോകുമായിരുന്നു. നെല്ലെടുപ്പിന്റെ തൊട്ടടുത്ത ദിവസങ്ങളിലൊന്നിൽ അണ്ടി പെറുക്കാൻ പോകുമ്പോഴാണ് എം. എസ്. പി. വന്ന കാര്യം കുന്നമ്മൽ ചിണ്ടൻ പറഞ്ഞ് ഇവർ അറിയുന്നത്. വൈകാതെ എം. എസ്. പി ക്കാർ വീട്ടിലെത്തി ചിണ്ടൻ നമ്പ്യാർ എവിടെയെന്നന്വേഷിച്ചു. അറിയില്ലെന്നു പറഞ്ഞപ്പോഴേക്കും കാർത്ത്യായനിക്കും തമ്പായിക്കും അടി കിട്ടി. ഏറെ നേരത്തെ ചോദ്യം ചെയ്യലിന ശേഷമാണ് പൊലീസ്

പോയത്. ഇനി അവിടെ താമസിക്കുന്നത് പന്തിയല്ലെന്ന കണ്ട് പാട്ടി യമ്മയുടെ അച്ഛന്റെ വീടായ എരമത്തെ ഒതയോത്ത് മാവിലാവീട്ടില് അവര് അഭയം തേടി ചെന്നു. ഒരാഴ്ച അവിടെ കഴിഞ്ഞു. അപ്പോഴാണ് വണ്ണത്താന് കോരന് എന്നയാള് ഇവരെ കാണുന്നതും ആലപ്പടമ്പിലെ മഠത്തില് വിവരം കൊടുക്കുന്നതും. പൊലീസ് വരുമെന്ന് ഭയന്ന് ഒതയോത്തു വീട്ടുകാര് പാട്ടിയമ്മയെയും മക്കളെയും ഇറക്കി വിട്ടു. തിരികെ ആലപ്പടമ്പിലെത്തുമ്പോള് വീടിന്റെ സ്ഥാനത്ത് ഒരുപിടി ചാരം.

മരച്ചോട്ടില്ും പാറപ്പുറത്തും കുറച്ചനാള് കഴിച്ചുകൂട്ടി. പയ്യാടക്കന് കോരന്നമ്പ്യാര്, കല്ലത്ത് നാരായണി, മന്ദ്യന് നാരായണന് എന്നി വരുടെ വീട്ടുകളില് ഓരോ ദിവസം താമസിക്കാന് അനുവാദം കിട്ടി. നാരായണന്റെ വീട്ടില് കഴിയുമ്പോഴാണ് രാത്രി എം എസ് പി. വന്നത്. ഉടന് അവിടെ നിന്നിറങ്ങി മാവിലാ പാര്വതിയുടെ വീടിന്റെ ചായ്യില് പതുങ്ങിയിരുന്നു. പത്മിനി കരയുമ്പോള് വായില് തുണി തിരുകി. പുലര ന്നയുടന് മക്കളെയും കൂട്ടി കൂറുവേലിയിലേക്ക് നടന്നു. മൂത്ത കുട്ടികള് ഇളയവരെ മാറിമാറി എടുക്കും. വഴിയില്വച്ച് ദാഹിച്ച വാടിയ മകന് വെള്ളം വേണം എന്ന പറഞ്ഞ് കരഞ്ഞു തുടങ്ങി. വഴിയില് പാലങ്ങാട്ട് പാര്വതിയമ്മയുടെ വീട്ടുണ്ടായിരുന്നു. അവിടെ ചെന്നപ്പോള് അവര് അല്പം വെള്ളവും ചക്കയും കൊടുത്തു. മൂന്നു വയസ്സുള്ള കുഞ്ഞ് പാത്രും ചുണ്ടോടട്ടുപ്പിച്ചതേയുള്ളൂ. അപ്പോഴേക്കും നാദിയന് രാമന് എന്ന ഒറ്റകാരന് വന്നെത്തി. കുഞ്ഞിന്റെ കയ്യിലെ വെള്ളം തട്ടിത്തെറിപ്പിച്ചു. 'നിങ്ങളെ പിടിച്ചുകൊടുത്താല് അഞ്ഞൂറ് രൂപ കിട്ടും. നടക്ക് വേഗം' അയാള് അട്ടഹസിച്ചു. കണ്ണന് പേടിച്ച് അമ്മയെ കെട്ടിപ്പിടിച്ച് കരഞ്ഞു. 'ഒന്നും ചെയ്യല്ലേ' പാട്ടിയമ്മ യാചിച്ചു. ഒരുവിധം രക്ഷപ്പെട്ടശേഷം നേരെ നടന്നത് അധികാരിയായ അട്ടോളി കൃഷ്ണന്നമ്പൂതിരിയുടെ ഇല്ലത്തേക്ക്. അവര് കരുണ കാണിച്ചു. മുറ്റത്തെ പുരയില് താമസിക്കാന് സൗകര്യം നല്കി. പാവപ്പെട്ട ആ അമ്മയും കുഞ്ഞുങ്ങളും പട്ടയങ്ങാനത്തെ ബന്ധു വീട്ടില് ചെന്നിട്ടുണ്ടാവും എന്ന് കരുതി പൊലീസ് അന്ന് രാത്രി ആ വീട് ആക്രമിച്ചു.

തന്റെ കുടുംബത്തിന്റെ ദുരന്തമറിഞ്ഞ് ചിണ്ടന്നമ്പ്യാര് ആ രാത്രി വട്ടോളി ഇല്ലത്ത് ഓടിയെത്തി. കൈത്തണ്ടയിലെ വെടിയേറ്റ പരിക്ക് ഭേദപ്പെട്ടിരുന്നില്ല. ഭാര്യയെയും മക്കളെയും കൊല്ലാക്കൊലയില് നിന്ന് രക്ഷിക്കാന് പൊലീസിന് പിടികൊടുക്കുന്നതാണ് നല്ലതെന്ന് അദ്ദേഹം തീരുമാനിച്ചു. അട്ടോളി അധികാരിയോട് കാര്യം പറഞ്ഞു. കോണ്ഗ്രസ് നേതാവായ ടി. വി. കണ്ണപ്പൊളുവാളമായി ബന്ധപ്പെട്ട് കീഴടങ്ങാനുള്ള

സംവിധാനം ഉണ്ടാക്കാമെന്നും ഭയപ്പെടാനില്ലെന്നും അധികാരി സമാ
ധാനിപ്പിച്ചു.

48 മെയ് 11ന് കണ്ണപ്പൊതുവാളോടൊപ്പം നമ്പ്യാർ കരിവെള്ളൂരിലെ
പോലീസ് ക്യാമ്പിൽ എത്തി. എസ് ഐ കുമാരന്റെ മർദനമേറ്റ കരി
വെള്ളൂർ സമര സേനാനികളായ എം. വി. ചിണ്ടനും കണിച്ച വീട്ടിൽ
കൃഷ്ണൻനായരും അവിടെ പിടയുന്നുണ്ടായിരുന്നു. കയ്യാമംവച്ച് ലോക്ക
പ്പിൽ തള്ളുമ്പോഴും തന്നെ കോടതിയിൽ ഹാജരാക്കുമെന്നും വിചാരണ
ചെയ്യുമെന്നുമായിരുന്നു വിചാരം. നിനച്ചിരിക്കാതെയാണ് അടി വീണത്.
ക്രൂരമർദനത്തിനുശേഷം വയറ്റിൽ പോലീസുകാർ ആഞ്ഞുചവിട്ടി. മെയ്
12ന് ചോര ഛർദിച്ച് നമ്പ്യാർ പിടഞ്ഞൊടുങ്ങി.

സംഭവമറിയാതെ പാട്ടിയമ്മയും മക്കളും അടുത്തദിവസം ആലപ്പ
ടമ്പിലേക്കുതന്നെ മടങ്ങി. ഭർത്താവ് ഇപ്പോൾ തിരിച്ചെത്തുമെന്നാണ്
കരുതിയത്. കത്തിക്കരിഞ്ഞ വീടിന്റെ അവശിഷ്ടത്തിൽ അന്ന് അവർ
താമസിച്ചു. പിറ്റേന്നാളാണ് ഏതാനും ചെറുപ്പക്കാർ വന്ന് മരണവിവരം
അറിയിക്കുന്നത്. പിന്നെ കുപ്പാടക്കൻ വീട്ടുകാരുടെ പുരയിലായിരുന്ന
ആ കുടുംബത്തിന്റെ താമസം. ഒരുമാസം എങ്ങനെയൊക്കെയോ തള്ളി
നീക്കി. മകൻ കണ്ണന് ഗ്രഹണി പിടിച്ചത് അപ്പോഴാണ്. ചികിത്സിക്കാൻ
നിവൃത്തിയില്ലാതെ ആ കുട്ടി മരിച്ചു. കഷ്ടപ്പാടിന്റെയും ദാരിദ്ര്യത്തിന്റെയും
ആഴക്കയത്തിൽ കഴിഞ്ഞിരുന്ന ആ കുടുംബം എങ്ങനെ ജീവിച്ചുവെന്ന്
പറഞ്ഞറിയിക്കാനാവില്ല. 1951 ൽ രൂപംകൊണ്ട പഞ്ചായത്ത് വീട്
പുനർനിർമ്മിക്കാൻ ധനസഹായം നൽകി. ഇ. എം. എസ്. ഗവൺമെ
ന്റിന്റെ കാലത്ത് ആ കുടുംബത്തിന് വീട് അനുവദിച്ചു. പണം തികയാത്ത
തിനാൽ സ്വർണം പണയംവച്ചിരുന്നു. പലിശയടക്കാൻ പയ്യന്നൂരിൽ
പോയ പാട്ടിയമ്മ കാങ്കോൽ സീഡ് ഫാമിനടുത്തുവച്ച് ബസിൽ നിന്ന്
തെറിച്ചുവീണു മരിച്ചു. 1962 ജനുവരിയിൽ ആയിരുന്നു അത്. ദുരന്തത്തി
ന്റെ ക്രൂരമായ വേട്ടയാടൽ.

മകൾ നാരായണി ആലപ്പടമ്പിലും പെരിങ്ങോംവയക്കര
സഹകരണ ബാങ്ക് ജീവനക്കാരിയായിരുന്ന പത്മിനി പെരിങ്ങോ
ത്തുമാണ് ഇപ്പോൾ താമസം. കാർത്ത്യായനി കുണ്ടംതടത്തിൽ.
തമ്പായി 2010 ൽ അന്തരിച്ചു. ചിണ്ടൻനമ്പ്യാരുടെ മരുമകൻ മാവിലാ
നാരായണൻ നമ്പ്യാരാണ് തമ്പായിയെ വിവാഹം ചെയ്തത്. ഇദ്ദേഹ
മാണ് ആ കുടുംബത്തിന് വളരെക്കാലം ആശ്രയമായത്.

ചിണ്ടൻനമ്പ്യാരുടെ മരണത്തിനുശേഷം നടന്ന തെരഞ്ഞെടുപ്പിൽ
ഇങ്ങനെയൊരു മുദ്രാവാക്യവും മുഴങ്ങിയിരുന്നു:

മുനയൻകുന്നിൽവച്ച് പിടിയിലായ കാനപ്രവൻ അബ്ദുൾഖാദർ കണ്ണൂർ സെൻട്രൽ ജയിലിൽവച്ചാണ് മരിച്ചത്. ടൈഫോയ്ഡ് ബാധിച്ച അബ്ദുൾഖാദറിന് മതിയായ ചികിത്സ ലഭിച്ചില്ല. കേസ് വിചാരണക്കായി ഇടയ്ക്കിടെ മംഗലാപുരത്ത് കൊണ്ടുപോകുമായിരുന്നു. ഈ യാത്രകൾ ആരോഗ്യനില കൂടുതൽ വഷളാക്കി. 1949 ജനുവരി 22ന് ജയിലിൽ നടന്ന നിരാഹാരസമരത്തിലും പങ്കെടുത്തു. അടുത്തമാസം 1949 ഫെബ്രുവരി 21ന് രോഗം മൂർച്ഛിച്ച് അന്ത്യശ്വാസം വലിച്ചു.

മൂത്തമകൾ കുഞ്ഞാമിനക്ക് അന്ന് മൂന്നുവയസ്സാണ് പ്രായം. രണ്ടാ മത്തെ മകൾ സൈനബക്ക് മൂന്നുമാസം. ഇരുവരെയും മാറത്തടുക്കി അവരുടെ ഉമ്മ മറിയുമ്മ പൊട്ടിക്കരഞ്ഞു. അച്ഛനെ കണ്ണനിറയെ കാണാൻപോലും കുഞ്ഞാമിനക്ക് കഴിഞ്ഞിരുന്നില്ല.

കോറോം കള്ളഷാപ്പിനടുത്ത മൊയ്തീൻകുട്ടിയുടെയും കദീശുമ്മയുടെ യും മകനായ അബ്ദുൾഖാദർ ക്ലിപ്പണിയെടുത്താണ് കുടുംബം പോറ്റി യിരുന്നത്. ചെറുപ്പത്തിലേ പ്രാരാബ്ധമായിരുന്നു. ഉപ്പ ഉമ്മ സഹോദര ന്മാരായ യൂസഫ്, അബൂബക്കർ എന്നിവരുടെയൊക്കെ ഉത്തരവാദിത്വം ആ ചുമലിലായിരുന്നു. കുറച്ചനാൾ മത്സ്യവിൽപനക്ക് പോയി. പിന്നെ കോറോത്ത് കച്ചവടം തുടങ്ങി. കുരുമുളകും അടക്കയുമൊക്കെ എടുക്കുന്ന പീടിക.

ഏ. വി. ചിണ്ടനുമായുള്ള ആത്മബന്ധമാണ് അബ്ദുൾഖാദറെ രാഷ്ട്രീയത്തിലെത്തിച്ചത്. 1940 സപ്തംബർ 15ന്റെ മർദ്ദനപ്രതിഷേധധി നാചരണത്തിൽ പങ്കെടുത്തപ്പോൾ പൊലീസ് മർദ്ദനമേറ്റു. അതോടെ സജീവരാഷ്ട്രീയക്കാരനായി. കർഷകസംഘം പ്രവർത്തകനായി. കമ്യൂ ണിസ്റ്റ് പാർട്ടിയുമായി ബന്ധപ്പെട്ടതോടെ എഴുത്തും വായനയും പഠിച്ചു. വായനയിലൂടെ ഉറച്ച രാഷ്ട്രീയബോധത്തിനുടമയായിത്തീർന്നു.

രാഷ്ട്രീയപ്രവർത്തനത്തിൽനിന്ന് മാറ്റിയെടുക്കാൻ അമ്മാവ ന്മാർ അബ്ദുൾഖാദറെ സിംഗപ്പൂരിലേക്കയക്കുകയുണ്ടായി. അധികം വൈകാതെ തിരിച്ചെത്തി രാഷ്ട്രീയപ്രവർത്തനം തുടർന്നു. ഇതിനിടയിൽ കാറമേലിലെ മറിയുമ്മയെ വിവാഹം ചെയ്തു. കോറോം നെല്ലെടുപ്പിന് എ. വി. ചിണ്ടനോടൊപ്പമാണ് അബ്ദുൾഖാദർ പോയത്. എം. എസ്. പി. വന്നിറങ്ങിയതോടെ ഒളിവിൽപോയി. ആലപ്പടമ്പ്, കുറ്റൂർ നെല്ലെടുപ്പുകളി ലും പങ്കെടുത്തു. മുനയൻകുന്നിലേക്ക് പോയതും ചിണ്ടനോടൊപ്പംതന്നെ.

മുനയൻകുന്നിൽ വെടിവപ്പ് നടന്ന സ്ഥലത്തെ സ്മാരകം

അബ്ദുൾഖാദരെ അന്വേഷിച്ച് വന്ന പൊലീസുകാർ വീട്ടിൽ ഭീകരാ വസ്ഥ തന്നെ സൃഷ്ടിച്ചു. ഭാര്യവീടായ കാറമേലിലും പൊലീസ് എത്തി. മറിയുമ്മയെ ഭീഷണിപ്പെടുത്തി. മുനയൻകുന്നിൽവച്ച് പിടിയിലാശേഷം മറ്റ് പതിനഞ്ചുപേർക്കുമൊപ്പം കണ്ണൂർ സെൻട്രൽജയിലിൽ കൊണ്ടു പോയതായിരുന്നു.

അബ്ദുൾഖാദറുടെ മരണശേഷം ഭാര്യയും മക്കളം അനുഭവിച്ച കഷ്ട പ്പാടിന് കണക്കില്ല. മക്കളായ കുഞ്ഞാമിനയും സൈനബയും കാറമേൽ സ്കൂളിൽ നാലാംതരംവരെയേ പഠിച്ചുള്ളൂ. അമ്മാവന്മാരായ അബ്ദുള്ള യും മയമ്മൂദും മമ്മുവുമൊക്കെ സഹായിച്ചതുകൊണ്ടാണ് അത്രതന്നെ നടന്നത്. ഇവർ തന്നെയാണ് ആ കുടുംബത്തിന് അത്താണിയായത്. ഉമ്മ കൂലിപ്പണിക്ക് പോകുമായിരുന്നു. മകൾ കുഞ്ഞാമിനയെ പാടി യോട്ടുചാലിലെ അബ്ബബക്കറാണ് വിവാഹം കഴിച്ചത്. സൈനബയുടെ ഭർത്താവ് കാറമേലിലെ ഇസ്ഹാഖ്.

കോറോത്തെ മാരങ്കാവിൽ മാതിയുടെ മകനാണ് മാരങ്കാവിൽ കുഞ്ഞമ്പു. മാതിയുടെ കുടുംബം നിരവധി കമ്മ്യൂണിസ്റ്റ് നേതാക്കളെ ഒളിവിൽ പാർപ്പിച്ചിട്ടുണ്ട്. എ. വി. ചിണ്ടനുൾപ്പെടെ പലരുടേയും താവളം

അവിടെയായിരുന്നു. പ്രാഥമിക വിദ്യാഭ്യാസത്തിനശേഷം കുഞ്ഞമ്പു കൃഷിപ്പണിക്കിറങ്ങി. കർഷകസംഘത്തിലും ചേർന്നു. കോറോം നെല്ലെ ട്ടപ്പിൽ പങ്കെടുത്തശേഷം ഒളിവിൽപോയി. മുനയൻകുന്നിലേക്കുള്ള സംഘത്തിൽ അംഗമായി. ക്യാമ്പിൽനിന്ന് അപായമൊന്നും കൂടാതെ ഓടി രക്ഷപ്പെട്ട കുഞ്ഞമ്പു അമ്മയെ കാണാൻ കോറോത്തേക്ക് യാത്ര തിരിച്ചതാണ്. വഴിയിൽവച്ച് ഒറ്റകാരായ ഇബ്രായിന്റെയും സുലൈമാ ന്റെയും കൈയിൽപ്പെട്ടു. പിന്നെ പെരിങ്ങോത്തിനടത്തൊരു നീർച്ചാ ലിൽ കുഞ്ഞമ്പുവിന്റെ ജഡമാണ് നാട്ടുകാർ കാണുന്നത്. പാമ്പുകടിച്ച് മരിച്ചെന്നാണ് പൊലീസ് പ്രചരിപ്പിച്ചത്. പൊലീസ് സ്റ്റേഷനിൽവച്ച് കൊന്ന് ജഡം അവിടെ കൊണ്ടിട്ടതായിരുന്നു.

സംഭവ സ്ഥലത്ത് രക്തസാക്ഷികളായ ആറുപേരെയും പൊലീസു കാർ സംസ്കരിച്ച പാടിയോട്ടുചാലിലെ പാറപ്പറത്തെ അസ്ഥിമാടം മൂന്നു വർഷം അനാഥമായിക്കിടന്നു. പാർട്ടി നിരോധിച്ച കാലമായിരുന്നു. നേതാക്കൾ ഒളിവിൽ. സമരസേനാനികൾ ജയിലിൽ. യാത്രാസൗകര്യ മോ വാർത്താവിനിമയ സംവിധാനമോ ഇല്ല. വിജനമായ പാറപ്പറത്തെ അസ്ഥിമാടം പിന്നീട് കാണിച്ചുകൊടുത്തത് മൃതദേഹങ്ങൾ ചുമന്ന് പാ ടിയോട്ടുചാലിലെത്തിച്ച വേട്ടുവ സമുദായക്കാരനായ ഒരു യുവാവാണ്. പാർട്ടി പ്രവർത്തകർ പരിശോധിച്ചപ്പോൾ ഉരുളൻ കല്ലുകൾ പെറുക്കി വച്ച മൺകുനയാണ് കണ്ടത്. മാന്തി നോക്കിയപ്പോൾ അസ്ഥിഖണ്ഡ ങ്ങൾ കിട്ടി. വൈകാതെ അവിടെ സ്മാരക സ്തൂപം പണിതു. സമീപത്തു തന്നെ രക്തസാക്ഷി ദിനാചരണം നടത്തിത്തുടങ്ങി.

സംഭവം നടന്നതിന്റെ അടുത്ത വർഷം, 1949 ൽ തന്നെ ചെറിയ തോതിൽ രക്തസാക്ഷിദിനാചരണം ആരംഭിച്ചിരുന്നു. ചുണ്ടയിലാണന്ന് നടന്നത്. ചെറിയൊരു പ്രകടനവും യോഗവും മാത്രം. അടുത്ത വർഷം പ്രാപ്പൊയിലിലും അതിനടുത്ത വർഷം ചെറുപുഴയിലും ഇത് തുടർന്നു. 1952 മുതൽ പാടിയോട്ടുചാലായി സ്ഥിരം വേദി. വളണ്ടിയർ മാർച്ചും പ്രകടനവും പൊതുസമ്മേളനവും കലാപരിപാടികളുമടങ്ങുന്ന മഹാ സംഭവമായി അനുസ്മരണം വളർന്നു.

അകന്നുപോയവർ അവശേഷിച്ചവർ

മുനയൻകുന്നിൽ പിടിയിലായ പലരും പിന്നീട് കമ്മ്യൂണിസ്റ്റ് പാർട്ടി യുടെ അമരക്കാരും ജനനേതാക്കളുമായി. പി. കണ്ണൻനായരും സി. പി. നാരായണനുമാണ് ഇതിൽ പ്രമുഖർ.

പയ്യന്നൂരിലെ പുത്തൂർ കൃഷ്ണൻനായരുടെയും പിലാങ്കു കുഞ്ഞാവമ്മ യുടെയും മൂത്തമകനായി കരിവെള്ളൂരിനടുത്ത കൊടക്കാടാണ് 1921ൽ കണ്ണൻനായർ ജനിച്ചത്. പയ്യന്നൂർ ബി. ഇ. എം. പി. സ്കൂളിലായിരുന്ന പ്രാഥമികവിദ്യാഭ്യാസം. ദാരിദ്ര്യം മൂലം പഠിപ്പ് പാതിയാക്കി ബീഡി തെറുക്കാൻ പോയി. ഗണേശ്, പി. ബി. എസ്. ബീഡിക്കമ്പനിക ളിൽ ജോലി ചെയ്തു. യൂണിയൻ അംഗമായ അദ്ദേഹം വൈകാതെ അതിന്റെ പ്രസിഡണ്ടും സെക്രട്ടറിയുമായി. ഇതോടെ സജീവരാഷ്ട്രീയവും

പി. കണ്ണൻ നായർ

ആരംഭിച്ചു. കോൺഗ്രസ് സോഷ്യലിസ്റ്റ് പാർട്ടിയിലും 1943ൽ കമ്മ്യൂണിസ്റ്റ് പാർ ട്ടിയിലും അംഗമായി. 1946ൽ കരിവെ ള്ളൂർ കേസിൽ പ്രതിയായി. ഒരുമാസം കണ്ണൂർ ജയിലിൽ കിടന്നു. പയ്യന്നൂർ ഫർക്കയിലെ പ്രധാനനേതാവായി മാറിയ കണ്ണൻനായർ നാടെങ്ങും ഓടി നടന്ന് കർഷകരെയും ബഹുജനങ്ങ ളെയും സംഘടിപ്പിച്ചു. ജന്മിമാരുടെയും പൊലീസിന്റെയും മർദ്ദനത്തിനെതിരെ ചെറുത്തുനില്പ് പ്രസ്ഥാനങ്ങളയർത്തി ക്കൊണ്ടുവന്നു.

സി. പി. നാരായണൻ

കോറോത്തെയും ആലപ്പടമ്പിലെയും നെല്ലെടുപ്പുകൾക്ക പിന്നിൽ കണ്ണൻ നായരുടെയും കുഞ്ഞാപ്പമാസ്റ്ററുടെയും നേതൃത്വമായിരുന്നു. മുനയൻകുന്നിലേക്ക് കർഷകപോരാളികളെ നയിച്ച് മാസ്റ്റ റോടൊപ്പം യാത്ര തിരിച്ചു. മുനയൻകുന്ന് വെടിവപ്പിൽ തലനാരിഴക്കാണ് രക്ഷ പ്പെട്ടത്. മറ്റ പതിനഞ്ചുപേരോടൊപ്പം പിടിയിലായി. അന്ന് ലഭിച്ച മർദ്ദനം ഒരു കണ്ണിന്റെ കാഴ്ച നഷ്ടപ്പെടുത്തി. രണ്ടര കൊല്ലം ജയിലിൽ കിടന്നു.

1950ൽ ജയിൽ മോചിതനായി. 53ൽ സജീവരാഷ്ട്രീയത്തിലിറങ്ങി. പയ്യന്നൂർ ലോക്കൽ സെക്രട്ടറി, മണ്ഡലം സെക്രട്ടറി, ഫർക്കാ സെക്രട്ടറി, ചിറക്കൽ താലൂക്ക് കമ്മിറ്റിയംഗം എന്നിങ്ങനെ ഉയർന്ന് ജില്ലാകമ്മിറ്റിയിലും 1964ൽ മുതൽ സംസ്ഥാന കമ്മറ്റിയിലും അംഗമായി. 1968 മാർച്ച് 11ന് ദേശാഭിമാനി നടത്തിപ്പിന്റെ ചുമതല ലഭിച്ചു. ജനറൽ മാനേജറായി. പ്രവർത്തനകേന്ദ്രം കൊച്ചിയി ലായി, 1990 മാർച്ച് ആറിനാണ് അന്തരിച്ചത്.

വെടിയുണ്ടയിൽനിന്ന് രക്ഷപ്പെട്ട് പൊലീസ് പിടിയിലായ സി. പി. നാരായണന് മുനയൻകുന്നിലെത്തുമ്പോൾ വയസ്സ് ഇരുപതുമാത്രം. കുറ്റൂരിലെ കർഷകസംഘം സ്ഥാപകനേതാക്കളിലൊരാളായ ആർ. കെ. കണ്ണന്റെയും ചാലിൽ പുതിയപുരയിൽ കുഞ്ഞാതിയുടെയും മകനായി 1928 സപ്തംബർ 18ന് ജനനം. കേരളീയന്റെയും എ. വി. കുഞ്ഞമ്പുവിന്റെ യുമെല്ലാം കുറ്റൂർഭാഗത്തെ താവളമായിരുന്ന സി. പി. യുടെ വീട്. ഏ. വി. കുഞ്ഞമ്പുവാണ് പുതിയൊരു രാഷ്ട്രീയ ഉൾക്കാഴ്ച നൽകിയത്.

പിതാവിന്റെ സ്കൂളിലും കണ്ടോന്താർ സ്കൂളിലും പഠിച്ചശേഷം റേഷൻകടയിൽ കണക്കെഴുത്തുകാരനായി. പിന്നെ കച്ചവടം തുടങ്ങി. കർഷകസംഘത്തിൽ ചേർന്നതോടെ രാഷ്ട്രീയ പ്രവർത്തകനായി. കുറ്റൂരിലെ നെല്ലെടുപ്പിൽ സി. പി. സജീവമായി പങ്കെടുത്തു. മുനയൻകു ന്നിലേക്ക് പുറപ്പെട്ട സംഘത്തിൽ കുറ്റൂരിൽവച്ചാണ് ചേർന്നത്.

മുനയൻകുന്നിൽ നിന്ന് രക്ഷപ്പെട്ട സി. പി. പിടിയിലായി. ക്രൂരമ ർദ്ദനം, ജയിൽവാസം. പുറത്തുവന്നശേഷം പയ്യന്നൂർഫർക്കയിലെ പ്രമുഖ നേതാവായി ഉയർന്നു. പാർട്ടിയുടെ പയ്യന്നൂർ ഏരിയാസെക്രട്ടറിയായി.

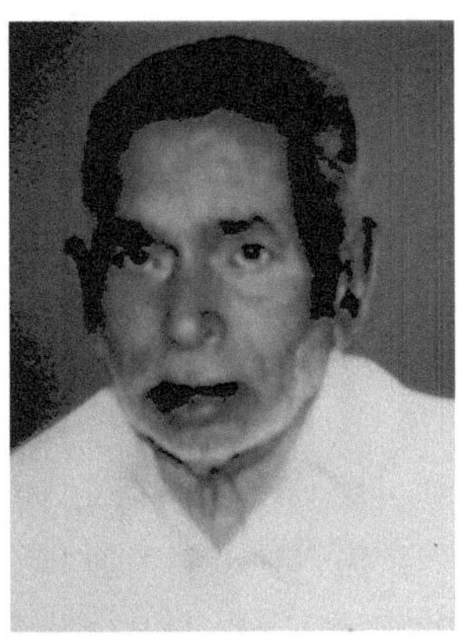

പാവ്വർ കണ്ണൻ

എ. വി. ചിണ്ടൻ

1970 സപ്തംബർ 14. എട്ടിക്കുളത്ത് പ്രതിഷേധജാഥ നയിക്കാനെ ത്തിയ സുബ്രഹ്മണ്യഷേണായിയെയും സി. പി. യെയും ലീഗുകാർ ആക്രമിച്ചു. ഒ. കെ. കുഞ്ഞിക്കണ്ണൻ കുത്തേറ്റുമരിച്ചു.

സി. പി. ഐ(എം) ജില്ലാസെക്രട്ടറിയേറ്റംഗമായിരുന്ന സി. പി. 1987ലും 91ലും പയ്യന്നൂർ എം. എൽ. എയായി. ഹൃദയശസ്ത്രക്രിയയെ ത്തുടർന്ന് 1996 ജൂൺ അഞ്ചിന് തിരുവനന്തപുരം ഉത്രാടം തിരുനാൾ ആശുപത്രിയിൽ അന്തരിച്ചു. മാധവിയാണ് ഭാര്യ. ബാവയും ബിന്ദുവും നിഷയും മക്കൾ.

മുനയൻകുന്ന് പോരാളികളിൽ കാല്യ നഷ്ടപ്പെട്ടയാളാണ് കോറോം പരവന്തട്ടയിലെ പാവ്വർ കണ്ണൻ. കൈക്കോളൻ രാമന്റെയും പാവ്വർ ചെമ്മരത്തിയുടെയും മകനായി 1909ൽ ജനിച്ച പാവ്വർ 1946ലാണ് പാർട്ടിയംഗമായത്. ഒളിവില്ലുള്ളവരെ സംരക്ഷിക്കുകയും ഷെൽട്ടറക ളിലെത്തിക്കുകയുമായിരുന്ന പ്രധാന ദൗത്യങ്ങൾ. പാർട്ടി കാർഡ്ഡുക ളുടെ വിതരണച്ചുമതലയും ഉണ്ടായിരുന്നു. കോറോം നെല്ലെടുപ്പിൽ പങ്കെടുത്ത ശേഷം ഒളിവിലായ പാവ്വർ 42 അംഗസംഘത്തോടൊപ്പം മുനയൻകുന്നിലെത്തി. ഇടതുകാലിലാണ് അവിടെവെച്ച് വെടികൊണ്ടത്. മരിച്ചെന്നായിരുന്ന നാട്ടിൽ വാർത്ത.

അറസ്റ്റ് ചെയ്ത് ലോറിയിലിട്ട് പയ്യന്നൂർ ലോക്കപ്പിലടച്ച പാവ്വറിന്റെ മുറിവും മറ്റ മൂന്നുപേരുടേതുമെന്നപോലെ പുഴത്ത് നീരുവെച്ച് തുടങ്ങിയി രുന്നു. കണ്ണൂർ ജയിലിലെത്തിയശേഷമാണ് ആശുപത്രിയിൽ പ്രവേശി പ്പിച്ചത്. അവിടെവെച്ച് ഇടതുകാൽ മുട്ടിനതാഴെവെച്ച് മുറിച്ചു.

മുനയൻകുന്ന് കേസിൽ ഒരു വർഷത്തേക്കാണ് മംഗലാപുരം കോടതി ശിക്ഷിച്ചത്. ആറുമാസത്തിനുശേഷം വെറുതെവിട്ടു. പിന്നീട്

എ). കെ. ജി. മുൻകൈയെടുത്താണ് ബോംബെയിൽ കൊണ്ടുപോയി കൃത്രിമക്കാൽവച്ചുകൊടുത്തത്. പി. കണ്ണൻനായരുടെ ശ്രമഫലമായി പാർട്ടി ഒരേക്കർ സ്ഥലവും ഒരു പശുവിനെയും ആ നിസ്വന് നൽകി.

മകൻ പവിത്രൻ രക്താർബ്ബുദം ബാധിച്ച് മരിച്ചത് പാവ്വറിന് വൻ ആഘാതമായിരുന്നു. 2003 ജനുവരി 6ന് പാവ്വർ അന്തരിച്ചു. ഭാര്യ ഒടിവളപ്പിൽ മാതി. മറ്റ മക്കൾ: കൃഷ്ണൻ, കാർത്ത്യായനി, ലക്ഷ്മണൻ, ജയകുമാരി, ചന്ദ്രിക.

കോറോത്തും മുനയൻകുന്നിലും പോരാടി വീരചരിത്രം സൃഷ്ടിച്ച എ. വി. ചിണ്ടൻ 1958 ജൂൺ 21 ന് മുപ്പത്തഞ്ചാം വയസ്സിലാണ് അന്തരിച്ചത്. പോലീസിന് പേടിസ്വപ്നമായിരുന്ന ചിണ്ടനെ മുനയൻകുന്നിൽവച്ച് പിടിക്കൂടിയ ശേഷം അതിഭീകരമായാണ് മർദ്ദിച്ചത് എത്രയോ തവണ ചിണ്ടൻ പൊലീസിന്റെ പിടിയിൽനിന്ന് വഴുതി രക്ഷപ്പെട്ടിട്ടുണ്ട്.

കോറോത്തെ ചിണ്ടപ്പെരുവണ്ണാന്റേയും അന്തൂരാൻ മാണിയുടെയും മകനായി 1923ലാണ് ചിണ്ടൻ ജനിച്ചത്. കോറോം ദേവീസഹായം സ്കൂളിലും ആലക്കാട് സ്കൂളിലുമാണ് പഠിച്ചത്. അഞ്ചാം തരത്തിൽ പഠിപ്പ് നിർത്തിയപ്പോൾ അച്ഛന്റെ വഴി പിന്തുടർന്ന് തെയ്യം കെട്ടാനാണ് വീട്ടുകാർ ഉപദേശിച്ചത്. ആദ്യമൊക്കെ മുത്തപ്പൻ കെട്ടുകയും ചെയ്തു. അതും രാഷ്ട്രീയ പ്രവർത്തനത്തിനുള്ള വേദിയാക്കി മാറ്റി. ഒരിക്കൽ പനയന്തട്ട നാരായണൻനമ്പ്യാരുടെ കയ്യിൽ ഒരു രഹസ്യ കത്ത് കൊട ത്തയച്ച കത്തുമായി പോകാതെ തെയ്യം കാണാൻ നിന്ന നമ്പ്യാരെ മുത്തപ്പനായ ചിണ്ടൻ അടുത്തുവിളിച്ചു. തെയ്യത്തിന്റെ ഭാഷയിൽത്തന്നെ 'എന്തേ കത്ത് കൊണ്ടുപോകാഞ്ഞെ' എന്ന് ചോദിച്ചു.

വൈകാതെ തെയ്യംകെട്ട് ഉപേക്ഷിച്ച് കുറത്തിയാട്ടത്തിനു പോയി. കെ വി അമ്പുവിന്റെ നേതൃത്വത്തിലുള്ള കുറത്തിയാട്ട സംഘത്തോടൊപ്പം നാട് ചുറ്റിയ ചിണ്ടൻ തിരിച്ചെത്തിയത് രാഷ്ട്രീയപ്രവർത്തകനായാണ്. കുറച്ചുനാൾ പയ്യന്നൂരിൽ ബീഡിപ്പണിക്കുപോയി. പിന്നെ കോറോത്ത് കൊടക്കൽ തറവാട്ടുകാരുടെ ആയുർവേദ മരുന്ന കടയുടെ ഒരു മുറി യിലിരുന്നായി ബീഡി തെറുപ്പ്. ഒപ്പം രാഷ്ട്രീയ പ്രവർത്തനവും തുടർന്നു. കൊടക്കൽ കുഞ്ഞിക്കണ്ണൻമാഷ്ഷും കാനപ്രവൻ അബ്ദുൽഖാദറുമായിരു ന്നു പ്രിയ സഖാക്കൾ.

ചിണ്ടന് പതിമൂന്ന് വയസ്സുള്ളപ്പോഴാണ് അച്ഛൻ മരിക്കുന്നത്. അതോടെ കുടുംബഭാരം മുഴുവൻ ആ ചുമലിലായി. എന്നിട്ടും രാഷ്ട്രീയം വിട്ടില്ല. നാട്ടിലെ ഏതു പ്രശ്നത്തിലും ഇടപെടുന്ന ആദ്യത്തെയാൾ ചിണ്ടനായിരിക്കും. മനിയേരി നാരായണൻനായരുടെ നെല്ല കടത്ത്

തടയാനും കൈക്കൂലിക്കാരനായ അധികാരിയെ ചോദ്യം ചെയ്യാൻ മൊക്കെ മുൻനിരയിൽ ഉണ്ടായത് ചിണ്ടൻ തന്നെ. ആവുള്ളയെന്നൊരു ധനികൻ പണിക്കാരിയെ കൊന്ന് കിണറ്റിലിട്ടപ്പോൾ കേസെടുപ്പിക്കാൻ മുൻകൈയെടുത്തതും മറ്റാരുമായിരുന്നില്ല. അധികാരികളും ഒറ്റകാരും സാമൂഹ്യവിരുദ്ധരുമൊക്കെ ചിണ്ടനെന്നു കേട്ടാൽ ഞെട്ടി വിറക്കുമായിരുന്നു.

വളണ്ടിയർ ക്യാപ്റ്റനായിരുന്ന ചിണ്ടൻ എല്ലാത്തരം സാമൂഹ്യ വിരുദ്ധ പ്രവണതകളെയും ശക്തമായി എതിർത്തു. കോറോത്തെ പൊയ്യക്കുന്നിൽ സ്ഥിരമായി പണംവച്ച് ചീട്ടു കളിക്കുന്ന ഒരു സംഘം ഉണ്ടായിരുന്നു. കളി നിർത്തണമെന്ന് പലതവണ ചിണ്ടൻ താക്കീത് ചെയ്തു. പൊലീസിനെക്കൊണ്ട് പിടിപ്പിക്കും എന്നു വരെ ഭീഷണിപ്പെടുത്തി. അവർ പക്ഷേ പിന്മാറിയില്ല.

ഒരു രാത്രി വളണ്ടിയർ വേഷമണിഞ്ഞ ചിണ്ടൻ അതുവഴി ചെന്നു. കാക്കി കണ്ട് പോലീസ് ആണെന്ന് കരുതി ചീട്ടുകളി സംഘം ഭയന്നോടി. ചിണ്ടന്റെ അയൽവീട്ടുകാരനായ വാണിയം വീട്ടിൽ കുഞ്ഞമ്പുവും അക്കൂട്ടത്തിലുണ്ടായിരുന്നു. ഓട്ടത്തിനിടയിൽ വെളിച്ചന്തോടൻ കണ്ണന്റെ വീട്ടു കിണറ്റിൽ ചെന്നുവീണ കുഞ്ഞമ്പു പിറ്റേന്ന് പുലർച്ചെ ആവുമ്പോഴേക്കും ചത്തുപൊങ്ങി. ചിണ്ടന്റെ പേരിൽ കൊലക്കേസ് ചുമത്താൻ കിട്ടിയ ഈ അവസരം പോലീസ് വിട്ടുകളഞ്ഞില്ല.

നാട്ടിലെ ഏത് കേസിലും ചിണ്ടനെ പ്രതിചേർക്കും. അതുകൊണ്ടു തന്നെ സ്ഥിരം ഒളിവിലായിരിക്കും. അനുജത്തി മാണി തുണി അലക്കി വീട്ടുകളിൽ ചെന്ന് കൊടുത്തുകിട്ടുന്ന തുച്ഛമായ വരുമാനം കൊണ്ടാണ് കുടുംബം കഴിഞ്ഞു വന്നത്. ചിണ്ടന്റെ ഒളിത്താവളങ്ങളിൽ ഒന്ന് മാര ങ്കാവിൽ മാതിയുടെ വീടാണ്. മാതിയുടെ മകൻ കുഞ്ഞമ്പു അടുത്ത കൂട്ടുകാരനായിരുന്നു.

കോറോം നെല്ലെടുപ്പിൽ പങ്കെടുത്ത് ഒളിവിൽ പോയ ശേഷം ചിണ്ടന്റെ വീട്ടിൽ പൊലീസ് ഭീകരമായ ആക്രമണം നടത്തി. ഒരിക്കൽ വീട് അടിച്ച തകർത്തു. രണ്ടാമത് വീട് കത്തിച്ചു. അനുജത്തി മാണിയെ എം എസ് പിക്കാർ പൊതിരെ തല്ലി. ചിണ്ടന്റെ അമ്മയ്ക്ക് ആദ്യ വിവാഹ ത്തിൽ ജനിച്ച സഹോദരൻ അമ്പുവെ പൊലീസ് പിടിച്ചുകൊണ്ടുപോയി.

ഒരു ദിവസം പെട്ടെന്ന് ചിണ്ടൻ പ്രത്യക്ഷപ്പെട്ടു. കൂടെ ഒരു ഫോട്ടോ ഗ്രാഫറുമുണ്ട്. പൊലീസ് മർദ്ദനത്തിൽ പരിക്കേറ്റവരെയെല്ലാം ഫോട്ടോ എടുപ്പിച്ചു. അല്പസമയത്തിനകം അപ്രത്യക്ഷനാവുകയും ചെയ്തു. മുനയൻകുന്നിലേക്ക് പോയ സംഘത്തിൽ കോറോത്ത് നിന്നുള്ളവരിൽ

പ്രമുഖൻ ചിണ്ടനായിരുന്നു. വെടിയേൽക്കാതെ രക്ഷപ്പെട്ടെങ്കിലും പൊലീസിന്റെ പിടിയിലായി. പേര് ചോദിച്ചപ്പോൾ അന്തുരാൻ ചിണ്ട നെന്നു പറഞ്ഞു. പിന്നീട് പാടിയോട്ടച്ചാൽ എത്തിയപ്പോഴാണ് എ. വി. ചിണ്ടനാണെന്ന് മനസ്സിലായതും ക്രൂരമർദ്ദനം ആരംഭിച്ചതും. കണ്ണൂർ ജയിലിൽ ചിണ്ടനെ സന്ദർശിക്കാൻ അമ്മയും അനുജത്തിയും ചില നാട്ടുകാരും ഒരിക്കൽ ചെന്നു. ജയിൽ മുറ്റം പൊലീസ് മയം. ചിണ്ടനെ കാണാൻ വന്നതാണെന്ന് പറഞ്ഞപ്പോഴേക്കും ജയിലധികൃതർക്ക് മദമിളകി. അപ്പോഴാണറിഞ്ഞത് ചിണ്ടൻ ജയിൽചാടിയിരിക്കുന്നുവെ ന്ന്. വൈകാതെ പൊലീസ് പിടിക്കുടിയെങ്കിലും ചിണ്ടന് ആൾമാറാട്ട വിദ്യ അറിയാമെന്നും മൃഗങ്ങളുടെ രൂപമെടുത്തു പോലും രക്ഷപ്പെട്ടുമെ ന്നും കഥകൾ പ്രചരിച്ചു.

52ൽ ജയിലിൽ നിന്ന് വന്ന ശേഷം പാർട്ടി പ്രവർത്തനം തുടർന്നു. എന്നും സാഹസികതയിൽ അഭിരമിച്ചിരുന്ന ചിണ്ടൻ ഒരിക്കൽ കതിവന്നൂർവീരൻ തെയ്യം കെട്ടാൻ അടയാളം വാങ്ങി. ആലക്കാട്ടെ ഇരുത്തിപ്പള്ളി പടയാലിൽ കൊട്ടന്റെ വീട്ടിലാണ് തെയ്യം കെട്ടേണ്ടത്. വീട് ഒന്ന് പുതുക്കി പണിയണം. സാമ്പത്തികമായി വൻ പ്രയാസമാണ്. അതിൽ നിന്ന് കരകയറണം - അതിനാണ് ചിണ്ടൻ ഈ സാഹസ ത്തിന് മുതിർന്നത്. അപകടസാധ്യത അറിയാവുന്ന സഖാക്കൾ നില സാഹപ്പെട്ടത്തിയെങ്കിലും നിർബന്ധത്തിനു വഴങ്ങി അവർ സമ്മതം കൊടുത്തു. ജ്യേഷ്ഠൻ അമ്പുവിന്റെ ശിഷ്യനായി ഒരുമാസത്തോളം തെയ്യം കെട്ടാൻ പരിശീലിച്ചു.

തെയ്യ ദിവസമായി. മുച്ചിലോട്ടിന് കിഴക്ക് വയലരികത്താണ് തെയ്യ ക്കളം. തോറ്റം തുടങ്ങി. ചെറിയ തോറ്റം കഴിഞ്ഞു. വലിയ തോറ്റമായി. വരവിളിയുടെ ഭാഗമായി പീഠത്തിൽ നിന്നും ചാടിയിറങ്ങി ചിണ്ടൻ അതിവേഗം കറങ്ങുകയാണ്. അത്ഭുതകരമായ പ്രകടനം. ചടങ്ങുകൾ എല്ലാം പൂർത്തിയായി. തെയ്യം കെട്ടി ചിണ്ടൻ പീഠത്തിൽ കയറി. പൊടുന്നനെ കതിവന്നൂർവീരൻ കഴഞ്ഞുവീണു. ജനങ്ങൾ സ്തംഭിച്ചു. സുഹൃത്തുക്കൾ അതേ വേഷത്തിൽ ചിണ്ടനെ താങ്ങിയെടുത്ത് വീട്ടിലെ ത്തിച്ചു. മീനമാസമാണ്. നേരം പുലരുന്നതേയുള്ളൂ. പയ്യന്നൂരിൽ നിന്ന് ഡോക്ടർ വാരിക്കര നായനാരെ കൊണ്ടുവന്നു. '12 മണി വരെ വിളിച്ച ണർത്തേണ്ട, വിശ്രമിക്കട്ടെ' - ഇതും പറഞ്ഞു ഡോക്ടർ തിരിച്ചുപോയി. ഉച്ചയോടെ ചിണ്ടൻ ഒന്നു ഞരങ്ങി. പിന്നെ മെല്ലെ കണ്ണു തുറന്നു.

തെയ്യം മുടങ്ങിയത് നാട്ടിൽ വലിയ പ്രശ്നമായി. താൻ തെയ്യം പൂർത്തിയാക്കാമെന്ന് ജ്യേഷ്ഠൻ പറഞ്ഞെങ്കിലും ചിണ്ടൻ തന്നെ പൂർത്തി യാക്കണമെന്നാണ് പ്രശ്നക്കാരൻ നിർദ്ദേശിച്ചത്. ജോത്സ്യൻമാരിൽ

കെ. വി. കുട്ടി

നിന്നും കൗതുകകരമായ പല വെളി പാട്ടുകളും ഉണ്ടായി. മുനയൻകുന്നിൽ മരിച്ചവരുടെ നോക്ക് ഉണ്ടെന്നും തെയ്യം കെട്ടിയത് അവർക്ക് ഇഷ്ട മായില്ലെന്നും വരെ അവർ പറഞ്ഞു. മുച്ചിലോട്ട് നടയിൽ തെയ്യം കെട്ടിയ താണ് പ്രശ്നം എന്ന് മറ്റ ചിലർ. ഒരു മാസത്തിനകം ചിണ്ടൻ വീണ്ടും തെയ്യം കെട്ടി. ആദ്യത്തെതിന്റെ അതേ ആവർത്തനം. പിന്നെ ആ ധീരൻ എഴുന്നേറ്റില്ല. ഒരുമാസത്തിനശേഷം അന്ത്യയാത്രയുമായി. പൊലീസ് ഇടിച്ചു ഒറുക്കിയ ആ ശരീരത്തിൽ ജീവന് അധികകാലം നിലനിൽക്കാൻ കഴിയുമായിരുന്നില്ല. ഇത്രമാത്രം മർദ്ദനമേറ്റ മറ്റൊരാൾ ഈ പ്രദേശത്ത് ഉണ്ടാകില്ല

ചിണ്ടന്റെ സഹോദരങ്ങൾ അമ്പു, പാറ്റ, മാണി എന്നിവരാണ്. മരി ക്കുന്നതിന് ഒരു വർഷം മുമ്പാണ് ചിണ്ടൻ ഏഴോത്തെ കല്യാണിയെ വിവാഹം കഴിച്ചത.ˇ ഒരു പെൺകുട്ടി ഉണ്ടായിരുന്നു. ആറു മാസം പ്രാ യമായപ്പോൾ കുട്ടി മരിച്ചു. ചിണ്ടന്റെ മരണത്തിനശേഷം കല്യാണി പുനർവിവാഹിതയായി.

വെടിയേറ്റ് ഇടതുകാൽ മുറിക്കേണ്ടി വന്ന കാങ്കോൽ താഴെക്കുറ ന്തിലെ കെ. വി. കുട്ടിയും കുട്ടിക്കാലത്തേ രാഷ്ട്രീയപ്രവർത്തനം ആരംഭി ച്ചതാണ്. കടന്നപ്പള്ളിയിലെ കണ്ണപ്പെരുവണ്ണാന്റെയും കാങ്കോലാൻ മാണിയുടെയും മകനായ കുട്ടി കാങ്കോൽ സ്കൂളിൽ ഏഴാം തരം വരെ പഠിച്ച ശേഷം നെയ്ത്ത് പണിക്ക് പോയി. അച്ഛൻ നേരത്തേ മരിച്ചിരുന്നു. കെ. സി. കുഞ്ഞാപ്പമാഷ്, അനുജൻ കെ. സി. കോരൻ എന്നിവരുമാ യുള്ള ആത്മബന്ധമാണ് രാഷ്ട്രീയപ്രവർത്തനത്തിലേക്ക് നയിച്ചത്. ആലപ്പടമ്പ് നെല്ലെടുപ്പിൽ പങ്കെടുത്തശേഷം ഒളിവിൽ പോയി. പിന്നെ വീട്ടിൽ പോലീസിന്റെ താണ്ഡവമായിരുന്നു.

വൈപ്പിരിയത്തെ യോഗവും കഴിഞ്ഞ് കുഞ്ഞാപ്പമാഷോടൊപ്പം മുനയൻകുന്നിൽ പോയ കുട്ടിക്ക് ഇടതുകാലിലാണ് വെടികൊണ്ടത്. വെടിയേറ്റ മറ്റ് മൂന്നുപേർക്കും എന്നപോലെ ചികിത്സകിട്ടാതെ മുറിവ് പഴുത്തു. ഒടുവിൽ കണ്ണൂർ ആശുപത്രിയിൽവച്ച് ഇടതുകാൽ മുട്ടിനു താഴേക്ക് മുറിച്ചുനീക്കി.

ജയിൽവാസത്തിനശേഷം വടിയും കുത്തി കയറി വന്ന മകനെ കണ്ട് അമ്മ മാണി പൊട്ടിക്കരഞ്ഞു. പിന്നീട് തിരുവനന്തപുരത്തുവച്ച്

വി. വി. കണ്ണൻ വൈദ്യർ

കൃത്രിമക്കാൽവച്ചപിടിപ്പിക്കുകയു ണ്ടായി. അനന്തരകാലം തുന്നൽ ജോലി ചെയ്താണ് കുട്ടി കുടുംബം പോറ്റിയത്. 1953ൽ അമ്മാവന്റെ മകൾ മാധവിയെ വിവാഹം ചെയ്തു. രണ്ട മക്കൾ: സുരേഷും വത്സലയും. 1964ൽ കമ്മ്യൂണിസ്റ്റ് പാർട്ടി പിളർ ന്നപ്പോൾ സി പി ഐയിലാണ് കുട്ടി നിലയുറപ്പിച്ചത്. 1988 മെയ് 16ന് അന്തരിച്ചു.

വേങ്ങയിൽ നായനാരുടെ മൂന്നാംകാര്യസ്ഥൻ കണ്ടങ്കൊവ്വൽ കോരന്റെ മകനാണ് വി. വി. കണ്ണൻ വൈദ്യർ. ഏഴ മക്കളിൽ രണ്ടാമൻ. അമ്മ കുഞ്ഞാതി. മുനയൻകുന്നിൽ പോകുമ്പോൾ കണ്ണന് വയസ്സ് 20. കണ്ടോന്താർ യു. പി. സ്ക്കൂളിൽ ഏഴാംതരംവരെ പഠിച്ചു. പിന്നീട് അമ്മമ്മയുടെയും അമ്മാവന്മാരുടെയും വഴി പിൻതുടർന്ന് വിഷവൈദ്യചികിത്സയിൽ ശ്രദ്ധകേന്ദ്രീകരിച്ചു. ബാല ഭാരതസംഘം പ്രവർത്തനം ചെറുപ്പത്തിലേ തുടങ്ങിയിരുന്നു. എ. സി. ചന്ത്രനായരെ പൊലീസ് അറസ്റ്റുചെയ്തതിൽ പ്രതിഷേധിച്ച് ക്ലാസ് ബഹി ഷ്കരിച്ചതിന് സ്ക്കൂളിൽനിന്ന് പുറത്താക്കിയതോടെ രാഷ്ട്രീയത്തിൽ സജീവമായി. ആദ്യം കോൺഗ്രസ്സിൽ. സി. പി. നാരായണൻ, എം. പി. നാരായണൻ എന്നിവരുടെ സമ്പർക്കംമൂലം 1946ൽ കമ്മ്യൂണിസ്റ്റായി.

1947 ആഗസ്റ്റ് 19ന് മാതമംഗലം സ്ക്കൂളിൽ കെ. പി. ആർ പ്രസംഗി ക്കുന്നു. കണ്ണനും പ്രസംഗം കേൾക്കാൻ പോയി. 'നാല്യദിവസം മുമ്പല്ലേ ഇന്ത്യയ്ക്ക് സ്വാതന്ത്ര്യം കിട്ടിയത്?'-കെ. പി. ആർ. ഈണത്തിൽ വിളിച്ച ചോദിക്കുന്നു. 'അതെ'- മുന്നിലിരുന്ന കുട്ടികളുടെ മറുപടി. 'ആദ്യദിവസം പായസം കിട്ടീല്ലേ?'

'കിട്ടി'

'പിറ്റേന്ന് കിട്ടിയോ?'

'ഇല്ല'

'അതിനു പിറ്റേന്ന് കിട്ടിയോ?'

'ഇല്ല'

'എല്ലാദിവസവും പായസം കിട്ടണ്ടേ?'

'വേണം'

'അതിന് മക്കളേ യഥാർത്ഥ സ്വാതന്ത്ര്യം കിട്ടണം. ഇപ്പൊ അത് കിട്ടീട്ടില്ല'

കെ. പി. ആർ. രസകരമായി കാര്യത്തിലേക്ക് കടക്കുകയാണ്.

കണ്ണന് രാഷ്ട്രീയത്തോട് കൂടുതൽ അഭിനിവേശമുണ്ടാക്കുന്നതായിരുന്നു ആ പ്രസംഗം.

കോറോം നെല്ലെടുപ്പ് സംഭവം അന്നുരാത്രിയാണ് കണ്ണൻ അറിഞ്ഞത്. എരമത്തെ ക്ലേരിക്കാരൻ കൃഷ്ണന്റെ വീട്ടിൽനിന്നും നെല്ലെടുത്ത സംഘം മാതമംഗലത്തെത്തിയതറിഞ്ഞ് കണ്ണൻ അങ്ങോട്ടുചെന്നു. മാതമംഗലംബസാറിലെ അമ്പുപ്പൊതുവാളുടെ പീടികയിൽവച്ച് നെല്ല് വിതരണം ചെയ്തശേഷം കണ്ടോന്താർ എടമന ഇല്ലത്തേക്ക് നെല്ലെ ട്ടുക്കാൻ പോകാനൊരുങ്ങിയ സംഘത്തെ കണ്ണനാണ് പിന്തിരിപ്പി ച്ചത്. വേങ്ങയിൽ മഠത്തിൽ നിന്നെടുക്കാമെന്നായിരുന്നു നിർദ്ദേശം. മഠത്തിലേക്കുള്ള യാത്രക്കിടയിൽ വീട്ടിൽകയറിയ കണ്ണനെ അച്ഛൻ അകത്തിട്ടുപൂട്ടി. തൊട്ടടുത്ത് സ്ത്രീകൾ തീണ്ടാരിയായാൽ കിടക്കുന്ന മുറിയുണ്ടായിരുന്നു. അതുവഴി എങ്ങനെയൊക്കെയോ രക്ഷപ്പെട്ട് മഠത്തി ലെത്തി. നെല്ലെടുത്ത് വിതരണം ചെയ്യുന്നതിൽ മുൻപന്തിയിൽത്തന്നെ നിന്നു. ഉടർന്ന് സി. പി. നാരായണനോടൊപ്പം ഒളിവിൽപോയി.

പിറ്റേന്ന് പൊലീസ് വീട്ടിൽവന്നു. അച്ഛൻ കോൺഗ്രസ്സുകാരനായിരു ന്നു. അത് തെളിയിക്കാൻ ഒരു രശീതി കാണിച്ചു. മഠത്തിലെ കാര്യസ്ഥനാ ണെന്നുകൂടി അറിഞ്ഞപ്പോൾ സമാധാനപൂർവ്വം ചോദ്യം ചെയ്തുടങ്ങി. മകൻ എവിടെപ്പോയെന്നറിയില്ലെന്ന് പറഞ്ഞപ്പോൾ പരിശോധിച്ച് നോക്കട്ടെ എന്നുപറഞ്ഞ് പൊലീസ് അകത്തുകയറി. ജ്യേഷ്ഠന്റെ മകൻ അവിടെയുണ്ടായിരുന്നു. കണ്ണനാണെന്ന് തെറ്റിദ്ധരിച്ച് അവനെ പിടിച്ചു. 'മോനെ അകത്തൊളിപ്പിച്ചിട്ട് കളവുപറഞ്ഞു അല്ലേടാ?'- ഒരു പൊലീ സുകാരൻ അലറിക്കൊണ്ട് കോരനുനേരെ ചാടിവീണു. വിശദീകരണം കേൾക്കാനൊന്നും അവർ നിന്നില്ല. ഇരുതുരെ അടിവീണു. എന്നിട്ടും അരിശം ശമിക്കാഞ്ഞ് വളർത്തുപട്ടിയെ വെടിവച്ചുകൊന്നു. കോരനെ വലിച്ച് വേങ്ങയിൽ മഠത്തിൽകൊണ്ടുപോയി. വഴിയിൽ കൊടിമര ത്തിൽ ചെങ്കൊടിപാറുന്നു. ചുവപ്പുകണ്ട കാളയെപ്പോലെ പൊലീസു കാരൻ വിരണ്ടു. 'മോൻ നാട്ടിയ കൊടിയല്ലേ. അച്ഛൻ പൊരിക്ക്'- അവർ ആജ്ഞാപിച്ചു. കോരൻ കൊടിമരം പിഴുതെടുത്തു. അത് ചവിട്ടിത്തകർ ത്ത്, കൊടി പറിച്ചുകീറിയശേഷമാണ് പ്രാത്ര തുടർന്നത്. മഠത്തിലെത്തി യിട്ടും മകനോടുള്ള പക അച്ഛനോട് തീർത്തുകൊണ്ടിരുന്നു.

കുറ്റൂർ നെല്ലെടുപ്പുകേസിൽ ഏഴാംപ്രതിയായിരുന്ന കണ്ണൻ.

നാടെങ്ങും പൊലീസ് മയമായിരുന്ന. ഫർക്കാകമ്മിറ്റി തീരുമാനപ്രകാരം ഒളിവിലുള്ള സഖാക്കൾ മുനയൻകുന്നിലേക്ക് നീങ്ങുന്ന വിവരം കണ്ണന് ലഭിച്ച. മൂച്ചിലോട്ടെ കാരണവരുടെ വീട്ടിലൊരുക്കിയ ഭക്ഷണവും കഴിച്ച് സംഘത്തോടൊപ്പം കണ്ണനും സി. പി. നാരായണനും നാല്യപുരപ്പാട്ടിൽ കണ്ണനും മുനയൻകുന്നിലേക്ക് പുറപ്പെട്ടു.

മുനയൻകുന്ന് ക്യാമ്പിൽ അകത്ത് ഉടുമുണ്ടും വിരിച്ച് ഉറങ്ങിയ കണ്ണൻ വെടിവപ്പും ബഹളവും കേട്ടാണ് ഞെട്ടിയുണർന്നത്. അകത്തുകടന്ന പൊലീസ് ബയണറ്റകൊണ്ട് കുത്തി. മറ്റ പതിനഞ്ച് പേരോടൊപ്പം അറസ്റ്റിലായ കണ്ണൻ ഒന്നരക്കൊല്ലം ജയിലിൽ കിടന്നു.

1950 ജനുവരിയിൽ മോചിതനായ ശേഷം പ്രവർത്തനം ശക്തമാ ക്കി. കമ്മ്യൂണിസ്റ്റ് പാർട്ടിയുടെ മാതമംഗലം ലോക്കൽ സെക്രട്ടറിയായി. പയ്യന്നൂർ ഫർക്ക കമ്മിറ്റി, ചിറക്കൽ താല്ലൂക്ക് കമ്മിറ്റി, കർഷകസംഘം ജില്ലാകമ്മിറ്റി, അവിഭക്തകമ്മ്യൂണിസ്റ്റ് പാർട്ടി ജില്ലാ കൗൺസിൽ എന്നി വയിലും അംഗമായി ഉയർന്നു. 16 കൊല്ലം എരമം കുറ്റർ പഞ്ചായത്ത് പ്രസിഡണ്ടായിരുന്നു. 79ൽ പാർട്ടിയിൽനിന്നും പുറത്തുപോയ കണ്ണൻ വൈദ്യർ കുറ്റരിൽ ആയുർവേദ ചികിത്സയും മറ്റമായി കഴിഞ്ഞു. 2017 ആഗസ്റ്റ് 22ന് അന്തരിച്ച.

ആലപ്പടമ്പിലെ എടവൻ വീട്ടിൽ കുഞ്ഞിക്കണ്ണൻമാസ്റ്റർ വിദ്യാർത്ഥി യായിരിക്കെയാണ് മുനയൻകുന്നിൽ എത്തുന്നത്. കക്കറയിലെ ഇ. വി കല്യാണിയമ്മയുടെയും ആലപ്പടമ്പിലെ കൈപ്രവൻ പടിഞ്ഞാറ്റയിൽ കൃഷ്ണൻനായരുടെയും മകനായ ഇ. വി കക്കറ സ്കൂളിലും ആലക്കാട് ഹയർ എലിമെന്ററി സ്കൂളിലും പഠിച്ച ശേഷം പയ്യന്നൂർ ബോയ്സ് ഹൈസ്കൂളിൽ ഒമ്പതാം തരത്തിൽ ചേർന്നു. നടന്നാണ് സ്കൂളിൽ പോവുക രാവിലെ ഏഴരയ്ക്ക് ഇറങ്ങും. സ്റ്റഡന്റ് ഫെഡറേഷൻ പ്രവർ ത്തനത്തിലും ബാലസംഘത്തിലും അന്നേ സജീവമായി. മലബാർ വിദ്യാർത്ഥി ഫെഡറേഷന്റെ കോഴിക്കോട്ട നടന്ന സമ്മേളനത്തിൽ പങ്കെടുത്തു. ബാലഭാരതസംഘം ആലപ്പടമ്പ് വില്ലേജ് സെക്രട്ടറിയാ യിരുന്നു. പ്രസിഡണ്ട് കുന്നമ്മൽ കുഞ്ഞിരാമൻ.

ഒമ്പതാം തരം പരീക്ഷയും കഴിഞ്ഞ് വേനലവധിക്ക് സ്കൂൾ പൂട്ടിയപ്പോഴാണ് ആലപ്പടമ്പ് നെല്ലെടുപ്പ് നടക്കുന്നത്. അതിനുമുമ്പേ പോലീസിന്റെ നോട്ടപ്പുള്ളിയായിരുന്നു. മൊറാഴ സംഭവത്തെത്തുടർന്ന് സുബ്രഹ്മണ്യഷേണായി കുഞ്ഞിക്കണ്ണന്റെവീട്ടിൽ ഒളിവിൽ കഴിഞ്ഞി രുന്നു. കരിവെള്ളൂർ സംഭവദിവസം ആലപ്പടമ്പിൽനിന്ന് പുറപ്പെട്ട ജാഥയിൽ കുഞ്ഞിക്കണ്ണനും പങ്കെടുത്തു. വെടിവപ്പ് നടന്നതറിഞ്ഞ് വഴി യിൽവച്ച് തിരിച്ച വരികയായിരുന്നു. തൊട്ടടുത്ത ദിവസം ഷേണായിയെ

ഇ. വി. കുഞ്ഞിക്കണ്ണൻ നമ്പ്യാർ

തിരഞ്ഞ് പൊലീസുകാരും കേളോത്ത് ചിണ്ടൻ എന്ന ഗുണ്ടയും വീട്ടിലെത്തി. എത്ര ചോദിച്ചിട്ടും ഷേണായി എവിടെ എന്ന് വെളിപ്പെടുത്തിയില്ല. തുടർന്ന് ക്രൂരമർദ്ദനമായിരുന്നു. ഏറ്റുകുടക്കയിൽ മാട്ടമ്മൽ നാരായണൻനായരുടെ പീടികയിൽ കൊണ്ടുപോയി മരത്തിൽ ബന്ധിച്ച് പ്രഹരം തുടർന്നു. ഉച്ചയ്ക്ക് രണ്ട് മണിയോടെ കരിവെള്ളൂരിൽ കൊണ്ടുവന്നു. ചെമ്മാകാട് കുഞ്ഞമ്പു എന്ന ഗുണ്ടയുടെ വീട്ടിലാണ് പോലീസ്

ക്യാമ്പ് ചെയ്തിരുന്നത്. കുപ്രസിദ്ധനായ കുമാരനായിരുന്ന എസ്. ഐ. അവിടെ ചെന്നപ്പോഴാണ് മറ്റൊരു കേസുകൂടി ചാർത്തിയത് അറിഞ്ഞത്. ദേശാഭിമാനി പ്രസ്സിലേക്ക് പയങ്ങാപ്പാടൻ കുഞ്ഞി രാമന്റെ നിർദ്ദേശപ്രകാരം വെള്ളൂർ പോസ്റ്റോഫീസിൽ നിന്ന് 10 രൂപ മണിയോർഡറയച്ചു എന്നതായിരുന്ന ചാർജ്. തെളിവിനായി വെള്ളൂർ പോസ്റ്റ്മാഷെ കൊണ്ടുവന്നു. സഹതാപം തോന്നിയ മാഷ് പറഞ്ഞു: 'ഇവൻ ചെറിയ കുട്ടിയല്ലേ? ഇവനൊന്നുമല്ല മണിയോഡർ അയക്കാൻ വന്നത്.' അതോടെ പൊലീസ് തല്ലു നിർത്തി. രാത്രി വിട്ട യച്ചു. പോലീസുകാർ തന്നെയാണ് വീട്ടിൽ തിരികെ കൊണ്ടാക്കിയത്. കെ. എം നാരായണൻ നമ്പീശൻ എന്ന കോൺഗ്രസ് നേതാവും കൂടെയുണ്ടായിരുന്നു.

വീട്ടിലെത്തിയ ഉടൻ നമ്പീശൻ വിളിച്ചു പറഞ്ഞു :. 'കല്യാണീ, നിന്റെ മോനെ ഞാനല്ല പിടിച്ച കൊടുത്തത്. മറ്റാരോ ആണ്. ഞാൻ ഇതാ അവനെ ഇറക്കിക്കൊണ്ടുവരികയാണ്. പ്രതിഫലമായി 200 രൂപ തരണം. തന്നില്ലെങ്കിൽ അപ്പോൾ അറിയാം'. ഭയന്നുപോയ അമ്മ എങ്ങനെയൊക്കെയോ പണം സംഘടിപ്പിച്ച് കൊടുത്തു.

കർഷക സംഘം വില്ലേജ് സെക്രട്ടറി സി. കെ കുഞ്ഞിരാമൻനായരും പ്രസിഡണ്ട് കുന്നമ്മൽ രാമനുമാണ് നെല്ലെടുക്കുന്ന കാര്യം കുഞ്ഞിക്ക ണ്ണനോട് പറയുന്നത്. കുന്നമ്മൽ കുഞ്ഞിരാമനോടൊപ്പം കുട്ടികളെ സംഘടിപ്പിച്ച് കുഞ്ഞിക്കണ്ണനും നെല്ലെടുപ്പിൽ പങ്കെടുത്തു. നമ്പീശൻ കേസ് കൊടുത്തതറിഞ്ഞ് ഒളിവിൽപോയി. പിന്നെ വീട്ടിൽ ഭീകരമായ പോലീസ് ആക്രമണമായിരുന്നു.

പാപ്പിനിശ്ശേരി കൃഷ്ണൻനായർ

ഏപ്രിൽ 21ന് വൈപ്പിരിയത്ത് ചേർന്ന യോഗത്തിൽ കുഞ്ഞിക്കണ്ണനും പങ്കെടുത്തു. തുടർന്നാണ് മഠം ആക്രമിച്ചതും മുനയൻകുന്നിലേക്ക് യാത്രിതിരിച്ചതും. വെടിവപ്പ ദിവസം കുന്നമ്മൽ കുഞ്ഞിരാമനോടൊപ്പം ചിറ്റാരിയുടെ അകത്ത് കിടക്കുകയായിരുന്ന കുഞ്ഞിക്കണ്ണൻ. കുഞ്ഞിരാമനോടൊപ്പം പൊലീസ് പിടിച്ച് പുറത്തുകൊണ്ടുവന്നു നിർത്തി. ബയണറ്റിന്റെ കുത്ത് കൊണ്ട് ഒരു വിരൽ മുറിഞ്ഞു തുങ്ങിയിരുന്നു. കുഞ്ഞിരാമനും മാവിലാ ചിണ്ടൻനമ്പ്യാരുമൊക്കെ മുറ്റത്തുനിന്ന് ഓടി രക്ഷപ്പെടാൻ ശ്രമിച്ചപ്പോഴാണ് പൊലീസ്

രണ്ടാംവട്ടം വെടിവച്ചത്. കുഞ്ഞിരാമൻ മരിച്ചുവീണു. കുഞ്ഞിക്കണ്ണന്റെ വലതു കയ്യിലും വയറിലും വെടികൊണ്ടു. കുഞ്ഞിരാമന്റെ ജഡത്തിനു മേലെയാണ് വെടിയേറ്റ് വീണത്.

അഞ്ച് കേസുകളുണ്ടായിരുന്നു കുഞ്ഞിക്കണ്ണൻ മാഷുടെ പേരിൽ. മഠം കൊള്ള ചെയ്തെന്ന കേസ് രണ്ടെണ്ണം. പ്രാപ്പൊയിലിലും കുറ്റരിലും നെല്ലെടുത്തയും മുനയൻകുന്നിൽ തമ്പടിച്ചതും മറ്റ കേസുകൾ. മുനയൻകുന്ന് കേസിൽ ഏഴാംപ്രതിയായിരുന്നു. രണ്ടര വർഷം ജയിലിൽ കിടന്നു. 1951 ഫെബ്രുവരിയിലാണ് ജയിൽ മോചിതനാവുന്നത്. മഠം ആക്രമിച്ച കേസ് പിന്നെയും ബാക്കിയുണ്ടായിരുന്നു. നാട്ടിൽ വന്നശേഷം കുറേനാൾ ആരും അടുത്ത് വന്നതേയില്ല. കർഷകസംഘം വില്ലേജ് സെക്രട്ടറിയായി പ്രവർത്തനം തുടർന്നു. 1953 ൽ അധ്യാപക പരിശീലനത്തിന് പോയി. 55 മുതൽ 85 വരെ ഏറ്റുകുട്ടക്ക യുപി സ്കൂളിൽ അധ്യാപകനായിരുന്നു. അധ്യാപക സംഘടനയുടെ സബ്ജില്ലാ പ്രസിഡണ്ടായി പ്രവർത്തിച്ചിട്ടുണ്ട്. പഞ്ചായത്ത് മെമ്പറുമായിരുന്നു. ആദ്യകാലത്ത് ചില നാടകങ്ങളിലും അഭിനയിച്ചിട്ടുണ്ട്. കരിഞ്ചന്ത, വാഴക്കുല തുടങ്ങിയ നാടകങ്ങൾ ഫർക്കയുടെ വിവിധ ഭാഗങ്ങളിൽ നിരവധി വേദികളിൽ അരങ്ങേറിയിരുന്നു. 2018 ആഗസ്റ്റ് 6ന് അന്തരിച്ചു. ഭാര്യ സി. കെ കാർത്ത്യായനി. മക്കൾ : ജനാർദ്ദനൻ, കോമളവല്ലി, നളിനി, രാജൻ, രമാദേവി.

അന്തൂരിലെ ചുവാട്ട ചിണ്ടപ്പൊഴുവാളുടെയും പാപ്പിനിശ്ശേരി നാരായണിയമ്മയുടെയും മൂത്ത മകനായി കോറോം കുർക്കരയിൽ 1926

സപ്തംബറിൽ ജനിച്ച പാപ്പിനിശ്ശേരി കൃഷ്ണൻ നായർ പ്രാപ്പൊയിലിനടു
ത്ത പാരോത്ത്നീറിലായിരുന്നു പിൽക്കാലത്ത് താമസം. മൂന്നാംതരം
വരെ പഠിച്ചെങ്കിലും ദാരിദ്ര്യംമൂലം വിദ്യാഭ്യാസം ഇടരാനായില്ല. ജാനകി,
നാരായണൻ, സരോജിനി എന്നീ സഹോദരങ്ങളുടെ ഉത്തരവാദിത്തം
കൃഷ്ണൻനായരുടെ ചുമലിലായി. ജന്മിമാരുടെ കാലി മേച്ചും കൃഷിപ്പണി
ചെയ്തും കുടുംബത്തെ സഹായിച്ചു. പന്ത്രണ്ടാം വയസ്സിൽ കുടകിലേക്ക്
പണിയന്വേഷിച്ചു പോയി. വെള്ളക്കാരുടെ തോട്ടത്തിൽ അഞ്ചണ
കൂലിക്ക് കുറേനാൾ ജോലി ചെയ്തു. രണ്ടാംലോകമഹായുദ്ധകാലത്ത്
നാട്ടിൽ തിരിച്ചെത്തി.

മൊടത്തറ ഗോവിന്ദൻ നമ്പ്യാരാണ് കർഷക സംഘത്തിലേക്ക്
കൃഷ്ണൻനായരെ കൊണ്ടുവന്നത്. വലിയമ്മയുടെ മകൻ പാപ്പിനിശ്ശേരി
കേളനമ്പ്യാരോടൊപ്പം പ്രവർത്തനങ്ങളിൽ സജീവമായി. കരിവെള്ളൂർ
സംഭവദിവസം കോറോത്തേനിന്ന് പോയ ജാഥയിൽ കൃഷ്ണൻനായരും
ഉണ്ടായിരുന്നു. വെടിവപ്പ് നടന്നതറിഞ്ഞ് പാതിവഴിയിൽവച്ച് മടങ്ങി.
കോറോം നെല്ലെടുപ്പിൽ ജ്യേഷ്ഠൻ കേളനമ്പ്യാരോടൊപ്പം കൃഷ്ണൻനായ
രും പങ്കെടുത്തു. രാത്രി നെല്യാട്ടുപാറയിൽ ഒളിവിൽ കഴിഞ്ഞു. പിറ്റേന്ന്
ജാഥയ്ക്ക നേരെ വെടിവച്ചപ്പോൾ ചിതറിയോടി. വീണ്ടും ഒളിവിലേക്ക്. മുന
യൻകുന്നിൽ പോകാൻ തീരുമാനിച്ച വൈപ്പിരിയത്തെ യോഗത്തിൽ
കൃഷ്ണൻനായരും പങ്കെടുത്തു. അവിടെവച്ച് നാല് ഗ്രൂപ്പുകളുണ്ടാക്കിയ
തിൽ പ്രാപ്പൊയിൽ ഭാഗത്തേക്ക് പോകേണ്ട ഗ്രൂപ്പിലായിരുന്നു കൃഷ്ണൻ
നായരും കേള നമ്പ്യാരും.

പ്രാപ്പൊയിൽ നെല്ലെടുപ്പിൽ പങ്കെടുത്ത ശേഷം ഒളിവിൽ കഴിയു
മ്പോഴാണ് മുനയൻകുന്നിലേക്കുള്ള സംഘം വന്നത്. മുനയൻകുന്നിൽ
വച്ച് വലതു തുടയ്ക്കും പുറത്തും തോളിലും വെടികൊണ്ട കൃഷ്ണൻനായരെ
കണ്ണൂർ ആശുപത്രിയിലാണ് ചികിത്സിച്ചത്. ആശുപത്രിയിൽപ്പോലും
പൊലീസ് ആളംവച്ച് ബെഡ്ഡിൽ പൂട്ടിയിട്ടു. നാല വർഷത്തെ തടവിനു
ശേഷം 1952 ലാണ് പുറത്തിറങ്ങിയത്. പിന്നീട് പ്രാപ്പൊയിലിനടുത്ത
പാരോത്ത്നീറ്റിൽ സ്ഥലം വാങ്ങി താമസം മാറ്റുകയായിരുന്നു. ഭാര്യ
പനയന്തട്ട ഇടയിലെ വീട്ടിൽ കാർത്ത്യായനി. വേണുഗോപാലൻ, ഉണ്ണി
കൃഷ്ണൻ,വിജയൻ, സാവിത്രി,രാജൻ എന്നിവർ മക്കൾ. 2016 ജൂലൈ 30
ന് കൃഷ്ണൻ നായർ അന്തരിച്ചു.

മുനയൻകുന്ന് സംഭവത്തിലെ പ്രതികളിൽ ഇനി ജീവിച്ചിരിപ്പുള്ള
ത് ഒരേയൊരാൾ; കരിവെള്ളൂരിലെ പരിയാരത്ത് കൃഷ്ണൻ നായർ.
കൊയോങ്കര സ്വദേശി അവറോന്നൻ അമ്പുനായരുടെയും കരിവെ
ള്ളൂരിലെ പരിയാരത്ത് മാക്കം അമ്മയുടെയും മകനായി 1922 മാർച്ച്

പരിയാരത്ത് പയ്യാടക്കൻ കൃഷ്ണൻനായർ

10 ന് ജനിച്ച കൃഷ്ണൻ നായർ കരിവെള്ളൂരിലെ പാർട്ടിയുടെ ആദ്യകാല സംഘാടകനാണ്. വിദ്യാർത്ഥി യൂണിയന്റെയും ബാലസംഘത്തിന്റെയും സെക്രട്ടറിയായ അദ്ദേഹം 1941 ൽ പാർട്ടിയംഗമായി. കൊടക്കാ ട്ടുവച്ച് കൃഷ്ണപ്പിള്ള പങ്കെടു ത്ത് നടന്ന ബാലസംഘം യോഗത്തിൽ അധ്യക്ഷനായി രുന്നു. മാന്യേഗ്രൂ യു. പി. സ്കൂ ളിലായിരുന്ന വിദ്യാഭ്യാസം.

കൃഷ്ണൻനായർക്ക് ഒമ്പത് വയസ്സുള്ളപ്പോഴായിരുന്നു അച്ഛന്റെ മരണം. വീട്ടിലെ ദാരിദ്ര്യം കാരണം എട്ടാം തരം കഴിഞ്ഞയുടൻ കൈക്കോട്ടുക ടവ് സ്കൂളിൽ അൺ ട്രെയിൻഡ് അധ്യാപകനായി ജോലിക്ക് ചേർന്നു. പിന്നീട് ചിറ്റാരിക്കലിലെ കോണത്ത് കുഞ്ഞിരാമൻനമ്പ്യാർ എന്ന ജൻമിയുടെ കുട്ടികളെ പഠിപ്പിക്കാൻ പോയി. കരിവെള്ളൂർ സംഭവത്തിൽ ഉൾപ്പെട്ടതിനെത്തുടർന്ന് ചിറ്റാരിക്കലിൽ തന്നെയായിരുന്നു മിക്കവാറും. അവിടെ ജോലിയോടൊപ്പം പാർട്ടി പ്രവർത്തനവും തുടർന്നു. വീട്ടിൽ ഒറ്റക്കായ അമ്മയെ കാണാൻ ഇടക്കിടെ കരിവെള്ളൂരിൽ എത്തുമായി രുന്നു. വൈപ്പിരിയത്തെ യോഗത്തിലെ ആലപ്പടമ്പിലെ നെല്ലെടുപ്പിലും പങ്കെടുത്ത കൃഷ്ണൻ നായർ മുനയൻകുന്നിലേക്കുള്ള സംഘത്തിലുണ്ടാ യിരുന്നു. ചിറ്റാരിക്കൽ പ്രദേശത്തെ പരിചയമുപയോഗപ്പെടുത്തി മൂന്ന് തോക്കുകൾ സംഘടിപ്പിക്കാനും കഴിഞ്ഞു. മുനയൻകുന്നിൽ കാവൽ നിന്നവർ ഇതിലൊരു തോക്കാണ് കൈയിലേന്തിയിരുന്നത്. മുനയൻ കുന്നിലേക്കുള്ള യാത്രക്കിടയിൽ കക്കറയിലെ ബന്ധുവീട്ടിൽ നിന്ന് ചില സഹായങ്ങൾ ലഭിച്ചിരുന്നു.

വെടിവെപ്പ് നടക്കുമ്പോൾ ഉറക്കത്തിൽ നിന്ന് ഞെട്ടിയുണർന്ന കൃഷ്ണൻ നായർ ഇരുട്ടിൽ ഓടി രക്ഷപ്പെടുകയായിരുന്നു. ചിറ്റാരിക്കാൽ ഭാഗ ത്തേക്കാണ് ഓടിയത്. ട്രൗസർ മാത്രമായിരുന്ന വേഷം. വഴിയിൽവച്ച് ഒരു സഖാവ് മുണ്ട് കൊടുത്തു. കുറേ നാൾ ഷെൽട്ടറുകളിൽ താമസിച്ചു. വൈകാതെ ഗുണ്ടകളുടെ പിടിയിലായി. കൈകൾ കെട്ടി പെരുമ്പട്ട വഴി ചീമേനിയിലും അവിടെ നിന്ന് കയ്യൂരിലും കൊണ്ടുപോയി. കൂടെ കുഞ്ഞപ്പ എന്ന സഖാവുമുണ്ടായിരുന്നു. കയ്യൂരിൽ ഒരു വീട്ടിൽ താമസിപ്പിച്ച ശേഷം നീലേശ്വരത്തെത്തിച്ചു. അവിടെവച്ച് അറസ്റ്റ് ചെയ്തു. കാഞ്ഞങ്ങാട് സബ്

ജയിലിലേക്കാണ് ആദ്യം കൊണ്ടുപോയത്. പിന്നീട് കാസർകോട്ടേക്കും മംഗലാപുരത്തേക്കും. കുറച്ചനാൾ മംഗലാപുരം ജയിലിൽ കിടന്ന ശേഷം കണ്ണൂർ ജയിലിലേക്ക് മാറ്റി. ആറു മാസത്തെ തടവായിരുന്ന ശിക്ഷയെങ്കിലും നിരോധനാജ്ഞ ലംഘിച്ചവന്ന പഴയൊരു കേസിന്റെ കൂടി പേരിൽ ഒന്നേകാൽ കൊല്ലം റിമാൻഡിൽ കഴിയേണ്ടി വന്നു. 1949 ആഗസ്റ്റ് രണ്ടിനാണ് ജയിൽ മോചിതനായത്.

ആ വർഷം തന്നെ തെങ്ങിൻതറ ദേവകിയെ വിവാഹം ചെയ്തു. ജീവിതോപാധി തേടി പാടിയോട്ടുചാലിലെത്തി കച്ചവടം തുടങ്ങി. പിന്നീട് പാണത്തൂർ എടത്തോടെത്തി ഒരു എസ്റ്റേറ്റിൽ മാനേജരായി ജോലിയേറ്റെടുത്തു. അര നൂറ്റാണ്ടുകാലം ഈ പ്രദേശത്തു തന്നെയാ യിരുന്നു ജോലിയും രാഷ്ട്രീയ പ്രവർത്തനവും. ഈ തൊണ്ണറ്റൊമ്പതാം വയസ്സിലും യുവാവിന്റെ ചുറുചുറുക്കോടെ പഴയ കാര്യങ്ങളെല്ലാം വള്ളിപ്പ ള്ളി തെറ്റാതെ സംസാരിക്കുന്ന കൃഷ്ണൻനായർ. നാലു മക്കളാണ് ഇദ്ദേ ഹത്തിന്. മൂത്തത് ശോഭ. നാസയിൽ ശാസ്ത്രജ്ഞനായ കുഞ്ഞികൃഷ്ണൻ രണ്ടാമത്തെ മകൻ. കാഞ്ഞങ്ങാട് നെഹറു കോളേജ് റിട്ട. പ്രിൻസിപ്പൽ വിജയൻ, മൃഗസംരക്ഷണ വകുപ്പുദ്യോഗസ്ഥൻ രാജേഷ് എന്നിവർ മറ്റ മക്കൾ.

ചുവന്ന ഗ്രാമങ്ങൾ

1948കാലത്തെ ജന്മി പൊലീസ് ഭീകരവാഴ്ചയും മുനയൻകുന്ന് ഉൾപ്പെടെയുള്ള ധീരപോരാട്ടങ്ങളമാണ് പയ്യന്നൂർ ഫർക്കയിലെ ഗ്രാമങ്ങളെ മുഴുവൻ ചുവപ്പിച്ചത്. 1930കൾ മുതൽ കർഷ കസംഘത്തിന്റെയും കമ്മ്യൂണിസ്റ്റ് പ്രസ്ഥാനത്തിന്റെയും പതാകയേന്തി പ്രക്ഷോഭ രംഗത്തിറങ്ങിയ ആദ്യകാല നേതാക്കളുടെ സ്വപ്നം അമ്പല കളോടെ പൂവണിഞ്ഞു. ഗ്രാമങ്ങൾ കമ്മ്യൂണിസ്റ്റ് കോട്ടകളായി. ഇനിയും പുറത്തുവരാത്ത എത്രയോ സമരങ്ങളുടെ ചരിത്രം ഈ ഗ്രാമങ്ങൾക്കുണ്ട്.

മുനയൻകുന്ന് രക്തസാക്ഷികൾ അന്ത്യവിശ്രമം കൊള്ളുന്ന പാടി യോട്ടചാൽ ഉൾപ്പെടുന്ന പഴയ പെരിങ്ങോംവയക്കര പഞ്ചായത്തിൽ ജന്മിത്തത്തിനെതിരെ വെല്ലുവിളി ഉയർത്താൻ മുപ്പതുകളിൽ തന്നെ നിരവധി യുവാക്കൾ മുന്നോട്ട വന്നു. അതിന്റെ പേരിൽ കേസുകൾ പലതുമുണ്ടായി. ഇതിൽ പ്രധാനപ്പെട്ടതാണ് 1936 ലെ പന്നിക്കൊറ് കേസ്.

വേങ്ങയിൽ നായനാരുടെ കൈയിലാണ് അന്ന് ഭൂമിയൊക്കെ. നായനാർക്ക് പ്രാപ്പൊയിലിലും വയലായിയിലും വീട്ടുകളുണ്ട്. അതിനു കീഴിൽ വരുന്ന സ്ഥലങ്ങളിൽനിന്ന് ഏത് കാട്ടമൃഗത്തെ കിട്ടിയാലും അതിന്റെ പ്രധാനഭാഗം ജന്മിക്ക് കാഴ്ചവക്കണമെന്നാണ് നിയമം. കൊറ് കൊടുത്തത് കുറഞ്ഞുപോയാൽ പച്ച ഇറച്ചിപോലും തീറ്റിക്കും. ചേമ്പിൻതണ്ടുകൊണ്ട് ഇറച്ചി അണ്ണാക്കിൽ കുത്തിക്കയറ്റുകയാണ് പതിവ്. ചൊറിച്ചിലുണ്ടാകാനാണ് ചേമ്പ് ഉപയോഗിക്കുന്നത്. ഒരിക്കൽ മീൻപിടുത്തക്കാരനായ കോട്ടിക്കളം കുട്ട്യാലി മീൻ കാഴ്ചവ ച്ചില്ലെന്നുപറഞ്ഞ് അധികാരിയുടെ ഗുണ്ടകൾ മുറിക്കിൽ പിടിച്ചുകെട്ടി

പച്ചമീൻ തീറ്റിക്കുകയുണ്ടായി. കാട്ടുപന്നിയാണെങ്കിൽ തുട(കൊറ്) സമ്മാനിക്കണം. 1936ൽ വയക്കരയിൽ ഒരുസംഘം ചെറുപ്പക്കാർക്ക് കാട്ടുപന്നിയെ കിട്ടി. ജന്മിക്കുള്ള വിഹിതം കൊടുക്കില്ലെന്ന് അവർ പ്രഖ്യാപിച്ചു. സി. പി. കൃഷ്ണൻനായരാണ് അതിന് നേതൃത്വം കൊടുത്തത്. ജന്മി ഉക്കാറൻ നായനാർ ക്ഷുഭിതനായി. കൃഷ്ണൻനായർക്കും കൂട്ടർക്കു മെതിരെ കേസ് കൊടുത്തു. ഈ പന്നിക്കൊറ് കേസ് അന്ന് നാട്ടിൽ കോളിളക്കംതന്നെ സൃഷ്ടിച്ചു.

സി. പി. കൃഷ്ണൻനായർതന്നെയായിരുന്ന കട്ടമുറിക്കേസിലും മുഖ്യ പ്രതി. വീടെടുക്കാൻ ജന്മിയുടെ അനുവാദമില്ലാതെ മകൻ കട്ടയുണ്ടാ ക്കി എന്നായിരുന്ന കേസ്. കൃഷ്ണൻനായർക്ക് ഇതേതുടർന്ന് ഒളിവിൽ പോകേണ്ടിവന്നു.

1946ലാണ് പുല്ലുപറിക്കേസും വണ്ണാത്തിമാറ്റ് കേസുമുണ്ടായത്. പുരമേയാൻ പെരിങ്ങോം പാറയിലെ പുല്ല് നായനാരുടെ അനുവാദമി ല്ലാതെ പറിച്ചതാണ് ആദ്യത്തെ സംഭവം. കർഷകസംഘം നേതാക്ക ളായ യു. കുഞ്ഞപ്പ, പി. വി. രാമൻ വൈദ്യർ, സി. പി. നാരായണൻ(പെ രിങ്ങോം) എന്നിവരാണ് പുല്ലുപറിസമരത്തിന്റെ നേതാക്കൾ.

അക്കാലത്തെ ഒരു പ്രധാന കാര്യമായിരുന്ന വണ്ണാത്തിമാറ്റ് കൊടുക്കൽ. മരണം, ആർത്തവം തുടങ്ങിയവയ്ക്കശേഷം വീട് ശുദ്ധമാക ണമെങ്കിൽ വണ്ണാൻ സമുദായത്തിലെ സ്ത്രീകൾ അലക്കിവെളുപ്പിച്ച തുണി(മാറ്റ്) കൊടുക്കണമെന്നായിരുന്നു. കർഷകസംഘവുമായി ബന്ധ പ്പെട്ട് പ്രവർത്തിക്കുന്നവരോടുള്ള പകമൂലം അവരുടെ വീടുകളിൽ മാറ്റ് നൽകരുതെന്ന് നായനാർ ആജ്ഞാപിച്ചു. യു. കുഞ്ഞപ്പയുടെയും സി. പി. നാരായണന്റെയും നേതൃത്വത്തിൽ സംഘം തിരിച്ചടിച്ചു. വിലക്ക്

ലംഘിച്ച് വീടുകളിൽ മാറ്റ് കൊടുപ്പിച്ചു.

1948 ഏപ്രിൽ 17ന്റെ പ്രാപ്പൊയിൽ നെല്ലെടുപ്പോടെ ഈ പ്രദേശമാകെ കലങ്ങിമറിഞ്ഞു. വിളക്കുവട്ടത്തുവച്ചാണ് നെല്ല് വിതരണം ചെയ്തത്. സി. പി. കൃഷ്ണൻനായർ, ആമന്ത്ര ഗോപാലൻ നായർ, യു. കുഞ്ഞപ്പ തുടങ്ങിയവരാ യിരുന്ന നേതൃത്വത്തിൽ. മുനയൻകു ന്നിൽ പോയ സംഘത്തിൽ ഇതിൽ പങ്കെടുത്ത പലരുമുണ്ടായിരുന്ന. മുനയൻകുന്നിൽ താവളം നൽകിയ ചെഞ്ചെരിയൻ കൃഷ്ണൻനായരുടെ

പാടിയോട്ടച്ചാലിലെ മുനയൻകുന്ന് രക്തസാക്ഷി സ്മാരകം.

തറവാട് പെരിങ്ങോത്താണ്. അന്ത്യകാലം വരെ മുനയൻകുന്ന് രക്തസാക്ഷിദിനനാൾ മുനയൻകുന്നിലെ സ്മാരകത്തിൽനിന്ന് കൊടി കൈമാറിയിരുന്നത് കൃഷ്ണൻനായരാണ്.

നെല്ലെടുപ്പിനും വെടിവപ്പിനുംശേഷം ഈ പ്രദേശത്താകെ പൊലീസ് തേർവാഴ്ചനടത്തി. പാടിച്ചാലിലായിരുന്ന എം. എസ്. പി. ക്യാമ്പ്. എത്രയോ വീടുകൾക്ക് അവർ തീവച്ചിട്ടുണ്ട്. വീട്ടുപകരണങ്ങളും കൃഷിയും നശിപ്പിച്ചിട്ടുണ്ട്.

പെരിങ്ങോം, വയക്കര, ചെറുപുഴ, പ്രാപ്പൊയിൽ, തിരുമേനി, പാടിയോട്ടച്ചാൽ- ഒക്കെ പോരാട്ടങ്ങൾകൊണ്ട് ചരിത്രം കുറിച്ചിട്ടുണ്ട്. ആനയും പുലിയുമിറങ്ങുന്ന കൊടുംകാടായിരുന്ന അക്കാലത്ത് മിക്ക പ്രദേശങ്ങളും. മലഞ്ചെരുവികളിൽ പുനംകൊത്തി കൃഷിയിറക്കാൻ പാട്ട പെട്ടിരുന്ന ഒരു ജനത. അവരെയാണ് ജന്മി വേങ്ങയിൽ നായനാർ

ച്ചഷണം ചെയ്തത്, അടക്കിഭരിച്ചത്. വിളവെടുക്കും മുമ്പ് കാര്യസ്ഥന്മാരെ കാണണം. വിളവെടുത്താൽ നല്ലൊരു ഭാഗം ജന്മിക്ക് നൽകണം. പത്തിൽ രണ്ട് നൽകണമെന്നാണ്. വാഴവച്ചാൽ കുല, പ്ലാവുവച്ചാൽ തടി എല്ലാം ജന്മിക്ക്.

മുനയൻകുന്ന് സംഭവവും പൊലീസ് ക്രൂരതയുമാണ് മറ്റപല ഗ്രാ മങ്ങളെയുമെന്നപോലെ പെരിങ്ങോം വയക്കരയെയും കമ്യൂണിസ്റ്റ് പ്രസ്ഥാനത്തിന് വളക്കൂറുള്ള മണ്ണാക്കിമാറ്റിയത്. 1942ലാണ് വയക്കര കേന്ദ്രമാക്കി ആദ്യത്തെ പാർട്ടി സെൽ രൂപീകരിച്ചത്. കണ്ടോത്തെ എം. പി. കുമാരൻ, എ. വി. ചിണ്ടൻ എന്നിവർ വന്നാണ് അതിന് നേതൃത്വം നൽകിയത്. യു. കുഞ്ഞപ്പയായിരുന്ന സെൽ സെക്രട്ടറി. സി. പി. കൃഷ്ണൻനായർ, പി. വി. കേളു, കയ്യൂർ സ്വദേശി ടി. വി. രാമൻ വൈദ്യർ, ആമന്ത്ര കണ്ണൻനായർ, കാഞ്ഞിരക്കീൽ ചിരുകണ്ടൻ, പാനക്കാരൻ കുഞ്ഞിരാമൻ, ആമന്ത്ര ഗോപാലൻനായർ എന്നിവർ അംഗങ്ങൾ. കുഞ്ഞിമംഗലത്തുനിന്നും വന്ന് പെരിങ്ങോത്ത് താമസമാക്കുകയും പാർട്ടി ലോക്കൽ സെക്രട്ടറിയായി ഉയരുകയും ചെയ്യയാളാണ് കെ. പി. കൃഷ്ണൻ. എ. വി. നാരായണനെപ്പോലുള്ള എത്രയോപേർ ആദ്യകാലത്ത് പാർട്ടിക്ക് നേതൃത്വം കൊടുത്തിട്ടുണ്ട്.

സംഘകാലത്തേ ചരിത്രപ്രധാനമായ സ്ഥലമാണ് എരമം. ഏഴിമല ആസ്ഥാനമാക്കി നാട്ടഭരിച്ചിരുന്ന മൂഷികവംശത്തിലെ പ്രധാന രാജാക്ക ളിലൊരാളായ ഇരാമക്കുടമുവരുടെ(രാമഘടകമൂഷകൻ) ഉപതലസ്ഥാന മായിരുന്ന എരമം. ഇരാമം എന്ന പേര് എരമം ആയി മാറിയതാണെന്ന് കരുതുന്നു. മൂഷികരാജാക്കളുടെ സ്ഥാനപ്പേരായിരുന്ന രാമൻ അഥവാ ഇരാമൻ. ഇരാമപുരം കോട്ടയും അക്കാലത്ത് പ്രസിദ്ധമായിരുന്നു.

ഇരുപതാംനൂറ്റാണ്ടിന്റെ തുടക്കത്തിൽത്തന്നെ ജാതി-ജന്മി-നാട്ട വാഴിത്തത്തിനെതിരെ നാട് പോരാടിത്തുടങ്ങി. വാശി, നരി, വെച്ച കാണൽ, കങ്കാണിപ്പണം, ഒടികുത്തൽ തുടങ്ങിയവയ്ക്കെതിരായ സമരങ്ങളോടൊപ്പം ജാതീയ വേർതിരിവുകൾ അവസാനിപ്പിക്കാനുള്ള പ്രവർത്തനങ്ങൾക്കും കർഷകസംഘവും കമ്യൂണിസ്റ്റ് പാർട്ടിയും മുൻ കൈയെടുത്തു. എരമം അരയാക്കീലിലെ പന്തിഭോജനം ജാതീയതക്ക് വൻ പ്രഹരമായി.

1936ലാണ് എ. കെ. ജി. പങ്കെടുത്ത ആ പന്തിഭോജനം അഥവാ മിശ്രഭോജനം നടന്നത്. എരമം സൗത്തിലെ അരയ്യാക്കീലായിരുന്ന വേദി. അതിനടുത്ത കൃഷ്ണൻ ചട്ടടിയുടെ 'ആലക്കാവളപ്പ്' എന്ന പഴയ കെട്ടിടമായിരുന്ന കർഷകസംഘത്തിന്റെ ഓഫീസ്. സമീപത്തെ കൃഷ്ണൻനായരുടെ പീടികയിൽ കെ. കുമാരൻ നിശാപാഠശാല

എ. വി. കമ്മാരൻ

പി. എം. പരമേശ്വരൻ നമ്പീശൻ

നടത്തിയിരുന്നു. പ്രഭാതം പത്രം ഇവിടെ വരും. ഈ പ്രദേശത്തെ വാണിയകുടുംബത്തിലെ നിരവധി ചെറുപ്പക്കാർ പുരോഗമനേച്ഛക്ക ളായി. അവരായിരുന്നു മുഖ്യസംഘാടകർ. എ. വി. കമ്മാരൻ, ചട്ടടി കൃഷ്ണൻനായർ എന്നിവർ എല്ലാറ്റിനും നേതൃത്വം നൽകി. സംഘാടകർ വീട്ടുകളിൽ കയറിയിറങ്ങി അരിയും നെല്ലുമൊക്കെ ശേഖരിച്ചു. നാട്ടിലെ ങ്ങും മെഗഫോൺ പ്രചാരണം നടത്തി. ജാതിനുകത്തിൽ കഴിഞ്ഞിരുന്ന ജനതക്ക് അത് പുതിയൊരനുഭവമായി.

ഏ. കെ. ജി. യോടൊപ്പം കരിവെള്ളൂരിലെ നേതാക്കളും പന്തിഭോജ നത്തിനെത്തി. പലയിടത്തുനിന്നും ജാഥകൾ വന്നു. ജന്മിത്തം അവസാ നിപ്പിക്കണമെന്നും അയിത്തം പാടില്ലെന്നുമുള്ള മുദ്രാവാക്യങ്ങൾ മുഴങ്ങി. എരമം നോർത്ത് മുതൽ പേരൂൽ വരെയുള്ള ജനങ്ങൾ- നമ്പൂതിരിയും വേലനും ഉൾപ്പെടെ അരയാക്കീലിലെത്തി. ഏ. കെ. ജിയുടെ പ്രസംഗം ശ്രോതാക്കളെ ഇരുത്തിച്ചിന്തിപ്പിച്ചു. 'ജന്മിത്തം നിലനിൽക്കുന്നത് എങ്ങനെയാന്നറിയ്യോ? നമ്മളെ തമ്മിലടിപ്പിച്ചിട്ട്. ജാതികളായി മാറ്റി നിർത്തിയിട്ട്. ജാതി മറന്ന് എല്ലാവരും ഒറ്റക്കെട്ടായി നിന്നാൽ ആ നിമിഷം ജന്മിത്തം തകരും. എല്ലാം വിധിയാണെന്നും പറഞ്ഞ് ജന്മിമാർ നമ്മളെ പറ്റിക്കുന്നു. നമ്മുടെ വിധി നമ്മളുണ്ടാക്കേണ്ടതാണ്.'- ഏ. കെ. ജി. സരസമായി തുടർന്നു. പുതിയൊരു തിരിച്ചറിവിലേക്ക് ജനങ്ങൾ ഉണരുകയായിരുന്നു.

തുടർന്നായിരുന്നു സദ്യ. അതുവരെ ജാതിയുടെ പേരിൽ അകലെ മാത്രം നിന്നവർ ഒന്നിച്ചിരുന്നു. ഒരു പാത്രത്തിൽനിന്ന് അവർക്ക് ഭക്ഷണം വിളമ്പി. ഒരുമിച്ചുണ്ടു. ഒന്നായി മുഷ്ടിച്ചുരുട്ടി. മുദ്രാവാക്യം വിളിച്ച് തിരിച്ചുപോയി.

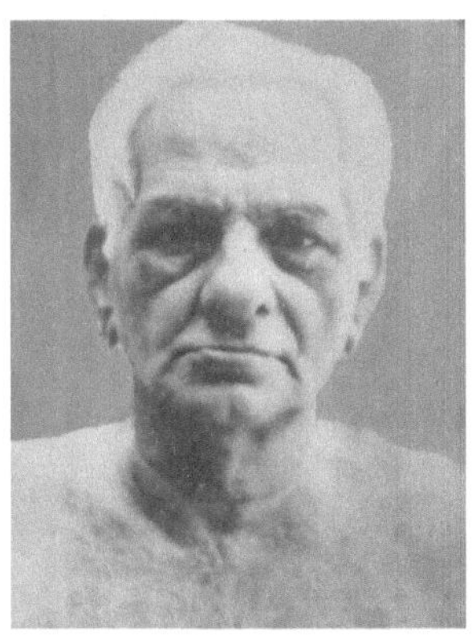

തടത്തിൽ ചന്തുവൈദ്യർ

സി. കെ. കുഞ്ഞിരാമൻ നായർ

വൻകിട ജന്മിമാരൊന്നും എരമത്ത് ഉണ്ടായിരുന്നില്ല. ക്ലേരിക്കാരൻ കൃഷ്ണനായിരുന്നു എടുത്തു പറയാവുന്ന ഒരാൾ. രാമപുരത്ത് വേങ്ങയിൽ നായനാരുടെ ചിറ്റാരി ഉണ്ടായിരുന്നു. കാര്യസ്ഥൻ മേനോൻ കൃഷ്ണൻ നയത്തിൽ പ്രശ്നങ്ങൾ കൈകാര്യം ചെയ്തതിനാൽ അധികം സംഘർ ഷങ്ങളൊന്നുമുണ്ടായില്ല. മുതുകാട്ക്കാവ് ദേവസ്വം, പെരുമാൾ ദേവസ്വം, ചിറക്കൽ ക്ലോം എന്നിവയുടെതായിരുന്നു ഭൂമി മിക്കയും. കുടിയാന്മാർ മറ്റെവിടെയുമെന്നപോലെ പട്ടിണിക്കോലങ്ങളായി ജീവിച്ചു.

എ. വി. കുഞ്ഞമ്പു, പയങ്ങപ്പാടൻ കുഞ്ഞിരാമൻ, സുബ്രഹ്മണ്യഷേ ണായി, കരിവെള്ളൂരിലെ കൃഷ്ണൻമാസ്റ്റർ, എം. വി. എം. കുഞ്ഞിവിഷ്ണന മ്പീശൻ, ടി. എം. പരമേശ്വരൻ നമ്പീശൻ, കോറോത്തെ കൊടക്കൽ കുഞ്ഞിക്കണ്ണൻമാസ്റ്റർ ഇടങ്ങിയവർ എരമത്തെ നിത്യസന്ദർശകരായി രുന്നു. ഇവരാണ് ഈ പ്രദേശത്ത് കർഷകസംഘത്തിനും കമ്യൂണിസ്റ്റ് പാർട്ടിക്കും വിത്തിട്ടത്. ഏ. കെ. ജിയും പലപ്പോഴായി വന്നിട്ടുണ്ട്. തടത്തിൽ ചന്തുവൈദ്യർ, ഏ. വി. കമ്മാരൻ, കൊട്ടില കിഴക്കേവീട്ടിൽ ചന്തുക്കുട്ടി, കൃഷ്ണൻ ഇടങ്ങിയവർ ആദ്യകാല പ്രവർത്തകർ.

എരമം കിഴക്കേക്കരയിലെ തൈവളപ്പിൽ കുടുംബത്തെ ഒഴിപ്പിച്ച സംഭവം അന്ന് കോളിളക്കമുണ്ടാക്കിയിരുന്നു. ക്ലേരിക്കാരൻ കൃഷ്ണന്റെ പറമ്പിലായിരുന്നു തൈവളപ്പിൽ മാണിക്കവും മക്കളായ രാമൻ, ചിരു കണ്ടൻ എന്നിവരും കുടില്ലുകെട്ടി താമസിച്ചിരുന്നത്. ജന്മി ഇവരെ ഒഴിപ്പിച്ചു. കർഷകസംഘം ഇത് തടഞ്ഞു. സംഘർഷാവസ്ഥയായി. ഒടുവിൽ ജന്മിക്ക് മുട്ടുമടക്കേണ്ടിവന്നു.

അധികാരികളുമായി നേരിട്ട് ഏറ്റുമുട്ടിയ മറ്റൊരു സംഭവം 1946ൽ ഉണ്ടായി. ക്ഷാമകാലമാണ്. ഒരു മണി അരികിട്ടാനില്ല. ആരും സദ്യ യൊന്നും നടത്തിപ്പോകരുതെന്നാണ് നിയമം. 46 ഡിസംബർ 17ന്

എരമം മൂച്ചിലോട്ടുകാവിനടുത്ത കൊട്ടിലവീട്ടിൽ കുഞ്ഞിരാമന്റെ വീട്ടിൽ സമുദായക്കുറി നടക്കുന്നു. കുറി ദിവസം നിരവധിപേർ കൂടിച്ചേരും. അവർക്ക് ഭക്ഷണമൊരുക്കാറുണ്ട്. വലിയ സദ്യയൊന്നുമല്ല. അന്നം ഇലയിട്ട് ഭക്ഷണം കഴിച്ചു. അൽപം കഴിഞ്ഞപ്പോഴേക്കും റേഷനിങ്ങ് ഇൻസ്പെക്ടറും പർച്ചേസിങ്ങ് ഇൻസ്പെക്ടറും അംശംമേനോനും കുതിച്ചെത്തി. കുറിക്കാർ വട്ടമിട്ടിരുന്ന് സംസാരിക്കുകയായിരുന്നു. സദ്യ നടത്തിയത് കുറ്റമാണെന്നും ശിക്ഷിക്കുമെന്നും ഉദ്യോഗസ്ഥർ ഭീഷണിമുഴക്കി. വിശദീകരണങ്ങളൊന്നും അവർ ചെവിക്കൊണ്ടില്ല. എച്ചിലിലകൾ എണ്ണിനോക്കി ഭക്ഷണം കഴിച്ചവരുടെ കണക്കെടുത്തു. കേസിൽപ്പെടുത്താൻ ആളുകളുടെ പേരെഴുതിത്തുടങ്ങി. ചെറുപ്പക്കാർ പ്രതിഷേധിച്ചു. വാക്കേറ്റമായി. ഇതിനിടയിൽ തടത്തിൽ ചന്തുവൈദ്യരും മറ്റുംചേർന്ന് പർച്ചേസിങ്ങ് ഇൻസ്പെക്ടറുടെ ചെവി കടണ്ട് മുറിച്ചു. ചോര യൊലിക്കുന്ന ചെവിയുമായി ഇൻസ്പെക്ടർ നിലവിളിച്ചുകൊണ്ടോടിര ക്ഷപ്പെട്ടു. അംശം മേനോനെ തൊട്ടടുത്ത പീടികയിൽ അടച്ചപൂട്ടി. വായിൽ ചോറ് കുത്തിത്തിരുകി.

ഭവിഷ്യത്തിനെക്കുറിച്ചോർത്ത് ജനങ്ങൾ നടുങ്ങി. നേതാക്കൾ സുബ്രഹ്മണ്യഷേണായിയുമായി ബന്ധപ്പെട്ടു. ധീരമായി ചെറുത്തുനില്ല‌ാ നായിരുന്നു നിർദ്ദേശം.

വൻ പൊലീസ് വ്യൂഹം എരമത്തേക്ക് കുതിച്ചു. സഖാക്കൾ ഉടൻ എരമത്തെത്തണമെന്ന് ഫർക്കാകമ്മിറ്റി സെക്രട്ടറി പി. കണ്ണൻനായർ അറിയിച്ചു. കിട്ടിയ ആയുധങ്ങളുമായി അവർ ഓടിയെത്തി. കുന്നുംകാടും നിറഞ്ഞ എരമത്തിന്റെ ഭൂമിശാസ്ത്രം പൊലീസിന് വെല്ലുവിളിയായി.

പി. കെ. കുമാരൻ ഗുരുക്കൾ

വളണ്ടിയർമാർ പലേടത്തും പതിയിരി ക്കുന്നതായി അവർക്ക് വിവരം കിട്ടി. സ്ത്രീകളും കുട്ടികളുമടക്കം രണ്ടായിര ത്തോളം പേർ എന്തിനും തയ്യാറായി നിൽക്കുന്നതറിഞ്ഞ് ഭയന്ന് പൊലീസ് തിരിച്ചപോയി.

കരിവെള്ളൂർ സംഭവത്തിന് മൂന്നുനാൾ മുമ്പാണിത്. എരമം മറ്റൊരു കരിവെള്ളൂർ ആകേണ്ടതായിരുന്നു. അതേ പൊലീസാണ് കരിവെള്ളൂരി ലേക്ക് പോയത്.

എ. എം. ശങ്കരൻ നമ്പീശൻ

48ലെ നെല്ലെടുപ്പ് സമരം എരമത്തും നടന്നു. കുലേരിക്കാരൻ കൃഷ്ണന്റെ വീട്ടിൽനിന്ന് നെല്ലെട ക്കുന്നതിന് നേതൃത്വം നൽകിയത് എ. വി. കമ്മാരൻ, തടത്തിൽ ചന്തുവൈദ്യർ, രാമൻ തുടങ്ങിയവ രാണ്. രാമപുരം ചിറ്റാരിയിൽനിന്ന് നെല്ലെടുത്തു. ആവശ്യക്കാർക്ക് വിതരണം ചെയ്തശേഷം ശേഷിച്ച നെല്ലുമായി സംഘംപ്രവർത്തകർ മാതമംഗലത്തേക്കാണ് നീങ്ങിയത്. അവിടെനിന്ന് അത് വിതരണം ചെയ്തശേഷമാണ് നെല്ലെടുക്കാൻ കുറ്റൂർ മഠത്തിലേക്ക് നീങ്ങിയത്.

നെല്ലെടുപ്പിനെത്തുടർന്ന് രാമപുരം ചിറ്റാരിയിൽ എം. എസ്. പി. ക്യാമ്പ് തുറന്നു. വീടുകളിൽ പൊലീസ് തേർവാഴ്ച നടന്നു. കോഴികളെയും ആടുകളെയുമെല്ലാം പിടിച്ചുകൊണ്ടുപോയി ഭക്ഷണമക്കി. മുനയൻകന്ന് സംഭവം കുടിയായതോടെ നാട്ടിലെ ആണങ്ങൾക്കൊക്കെ കുന്നുകയ റേണ്ടിവന്നു. ഈ അക്രമവാഴ്ചയുടെ തീയിലാണ് പ്രസ്ഥാനം തഴച്ചവ ളർന്നത്.

ഉത്സവസ്ഥലങ്ങളിൽ ചെന്ന് പാട്ടുപാടി ജനങ്ങളെ ആകർഷിച്ച ശേഷം അവരോട് രാഷ്ട്രീയം പറയലായിരുന്നു ശ്രദ്ധേയമായ ഒരു പ്രവർത്തനരീതി. തുള്ളിക്കുന്ന് ക്ഷേത്രോത്സവനാൾ വന്ദേമാതരം പാടി പി. കെ. കുമാരൻ ഇരുക്കളം സംഘവും ബാലസംഘം ഉണ്ടാക്കിയത് ഇങ്ങനെയാണ്. നല്ലൊരു വളണ്ടിയർ സംഘവും നാട്ടിലുണ്ടായിരുന്നു. ബക്കളം സമ്മേളനത്തിന്റെ മാർച്ചിൽ ഇവർ പങ്കെടുത്തു. പി. വി. കൃഷ്ണൻ മാസ്റ്ററായിരുന്നു പരിശീലകർ. എ. വി. കമ്മാരൻ, തൈവളപ്പിൽ കണ്ണൻ തുടങ്ങിയവർ പ്രധാന വളണ്ടിയർമാർ. അന്ന് എരമം നോർത്തിൽ താമസമായിരുന്ന ടി. എം. പരമേശ്വരൻ നമ്പീശനാണ് കർഷകസംഘം രൂപീകരിക്കുന്നതിന് മുൻകൈയെടുത്തത്.

ആദ്യത്തെ പാർട്ടി സെൽ എരമം സൗത്തിലെ മാവിലാ കോരൻ നമ്പ്യാരുടെ വീട്ടിൽവച്ച് രൂപീകരിച്ചു. എ. വി. കമ്മാരൻ, തൈവളപ്പിൽ കണ്ണൻ തുടങ്ങിയവർ അംഗങ്ങൾ. കമ്മാരൻ അസാമാന്യധീരനായി രുന്നു. പല കേസുകളിലും പ്രതിയായിരുന്നു. അറസ്റ്റ് ചെയ്യാൻ വന്ന

എം. എസ്. പി. ക്കാരനെ ഒരിക്കൽ തട്ടിത്തെറിപ്പിച്ച് കമ്മാരൻ ഓടി. പിന്നാലെ ഓടിയ മറ്റ് പൊലീസുകാർക്ക് വളരെ കഷ്ടപ്പെടേണ്ടിവന്നു പിടിക്കൂടാൻ. എരമം നോർത്തിലെ നല്ലൂർ കോരൻനമ്പ്യാരും ആദ്യകാല നേതാക്കളിൽ പ്രമുഖനാണ്.

1932-ൽ മാതമംഗലത്ത് കോൺഗ്രസ് കമ്മിറ്റിയുണ്ടായി. പ്രസിഡണ്ട് വേങ്ങയിൽ കൂപ്പാടക്കത്ത് കുഞ്ഞിരാമൻ നായനാരും സെക്രട്ടറി എ. എം. ശങ്കരൻനമ്പീശനുമായിരുന്നു. 1946ൽ പേരൂലിൽ ഒഴിപ്പിക്കലി നെതിരെ നടന്ന പ്രതിഷേധയോഗത്തിൽ നെല്ലൂർ കോരൻനമ്പ്യാർ അധ്യക്ഷത വഹിച്ചു. എ. എം. ശങ്കരൻനമ്പീശൻ പ്രതിഷേധപ്രമേയം അവതരിപ്പിച്ചു. എൻ. സുബ്രഹ്മണ്യഷേണായി, പി. എം. പരമേശ്വരൻ നമ്പീശൻ തുടങ്ങിയവരും പങ്കെടുത്തു. കയ്യിൽ കിട്ടുന്ന ആയുധങ്ങൾകൊ ണ്ട് ശത്രുക്കളെ നേരിടാൻ ഷേണായി ആഹ്വാനം ചെയ്തു.

1946ൽ കരിവെള്ളൂർ സമരത്തെത്തുടർന്ന് മാതമംഗലത്തും പൊലീസ് അതിക്രമമുണ്ടായി. അന്നത്തെ പല നേതാക്കളെയും കയ്യാ മംവെച്ച് പയ്യന്നൂരിലേക്ക് നടത്തിച്ചുകൊണ്ടുപോയി. കെ. വി. കമ്മാരൻ, കുഞ്ഞാരപ്പെരുവണ്ണാൻ, എ. എം. ശങ്കരൻ നമ്പീശൻ, രാമൻ സറാപ്പ്, ടി. വി. രാമൻ, കുറുവന്തോട്ടവളപ്പിൽ കണ്ണൻ, കെ. സി. പത്മനാഭൻ എന്നിങ്ങനെ ഏഴുപേർക്കെതിരെ കേസെടുത്തു.

മുനയൻകുന്ന് വെടിവെപ്പിനെ തുടർന്ന് മാതമംഗലത്ത് അതിഭ യങ്കരമായ പൊലീസ് അതിക്രമമുണ്ടായി. മൂന്ന് വീടുകൾ എം എസ്. പിക്കാർ കത്തിച്ചു. കെ സി പത്മനാഭന്റെ ചായക്കട അടിച്ചുതകർത്തു. മൊറാഴ സംഭവത്തിൽ പങ്കെടുത്ത വി. കെ. നായനാർ പോലീസിന്റെ ബയണറ്റ് കൊണ്ടുള്ള കുത്തിനെത്തുടർന്നാണ് ദിവസങ്ങൾക്കശേഷം മരണപ്പെടുന്നത്. മാതമംഗലത്തെ പി. എം. പരമേശ്വരൻ നമ്പീശൻ അക്കാലത്തെ പ്രമുഖ നേതാവായിരുന്നു. മൊറാഴയിൽ പ്രസംഗിക്കാ നെത്തിയ ഏഴ പേരിൽ ഒരാളായിരുന്നു നമ്പീശൻ. നിരോധനാജ്ഞ പ്രഖ്യാപിച്ച പൊലീസ് സമര നേതാവായിരുന്ന വിഷ്ണു ഭാരതീയനെ അറസ്റ്റ് ചെയ്തു. പൊലീസിന്റെ പിടിയിലകപ്പെട്ട അദ്ദേഹം തന്റെ കയ്യിലുണ്ടായിരുന്ന പാർട്ടിരേഖകൾ പരമേശ്വരൻ നമ്പീശനെയാണ് ഏൽപിച്ചത്. ഭാരതീയന്റെ അറസ്റ്റിൽ ജനക്കൂട്ടം പ്രതിഷേധിച്ചു. പൊലീസ് ലാത്തിച്ചാർജ്ജ് നടത്തി. ജനങ്ങൾ തിരിച്ചടിച്ചു. എസ്. ഐ കുട്ടിക്കൃഷ്ണമേനോനും ഒരു കോൺസ്റ്റബിളും സംഘർഷത്തിൽ മരിച്ചു. കെ. പി. ആർ. ഗോപാലന്റെ നിർദ്ദേശപ്രകാരം നമ്പീശൻ ഒളിവിൽ പോകാൻ തീരുമാനിച്ചു. വേഷം മാറിയ നമ്പീശനെ തളിപ്പറമ്പിൽവച്ച്

പൊലീസ് ചോദ്യം ചെയ്തെങ്കിലും അവിടെ ചായക്കട നടത്തിയിരുന്ന നാരായണൻനായർ സൂത്രത്തിൽ നമ്പീശനെ രക്ഷിച്ചു.

കർണാടകത്തിലെ പുത്തൂരിലേക്കാണ് നമ്പീശൻ ഒളിവിൽ പോയത്. സദാശിവരായർ വക്കീലിന്റെ സഹായത്തോടെ ഉപ്പനങ്ങാടി എന്ന സ്ഥലത്ത് താമസം തുടങ്ങി. അവിടത്തെ അറിയപ്പെടുന്ന പ്രാസം ഗികനും കോൺഗ്രസ് കോൺഗ്രസ് പ്രവർത്തകനുമായി. ആ വർഷം നടന്ന തെരഞ്ഞെടുപ്പിൽ മംഗലാപുരത്ത് സ്ഥാനാർത്ഥിയായിരുന്ന അമ്പലക്കാട് കരുണാകരമേനോനുവേണ്ടി സജീവമായി പ്രവർത്തിച്ചു.

ഒരു ഗാന്ധിജയന്തിനാൾ കോൺഗ്രസ് പൊതുയോഗത്തിൽ പ്രസം ഗിക്കാൻ നിയോഗിക്കപ്പെട്ട നമ്പീശൻ ഹരിജനങ്ങൾക്ക് ചിരട്ടയിൽ ഭക്ഷണം നൽകിവന്നിരുന്ന പ്രാകൃതരീതിയെ എതിർത്തു. അരിശം പൂണ്ട കോൺഗ്രസിലെ ഒരു വിഭാഗം സവർണർ അദ്ദേഹത്തെ മർദ്ദിച്ചു. അതോടെ കോൺഗ്രസിനോട് വിടപറഞ്ഞു.

1942 ൽ. കമ്മ്യൂണിസ്റ്റ് പാർട്ടിയുടെ നിരോധനം നീക്കിയപ്പോൾ പാർട്ടി മെമ്പറായി. 46 വരെ പാർട്ടി പത്രമായ അരുണയ്ക്കു വേണ്ടി സജീവമായി പ്രവർത്തിച്ചു. 46 ൽ തിരിച്ചെത്തി നാട്ടിലെ പാർട്ടി പ്രവർ ത്തനങ്ങളിൽ പങ്കെടുത്തു.

കരിവെള്ളൂർ സംഭവത്തിൽ നമ്പീശൻ പങ്കെടുത്തില്ലെങ്കിലും അദ്ദേഹ ത്തെയും പ്രതിയാക്കി. എം എസ് പി ക്കാർ വീട്ടിലെത്തി അറസ്റ്റ് ചെയ്തു. വീട്ടു മുതൽ എം എസ് പി ക്യാമ്പ് വരെ ക്രൂരമായി മർദ്ദിച്ച് വലിച്ചിഴച്ചു. അബോധാവസ്ഥയിൽ പോലീസ് ക്യാമ്പിലെത്തിയ അദ്ദേഹത്തെ പയ്യ ന്നൂർ പോലീസ് സ്റ്റേഷനിൽ ഹാജരാക്കണമായിരുന്നു. ചോരപുരണ്ട ഷർട്ടും മുണ്ടും കഴുകി വൃത്തിയാക്കാൻ പൊലീസ് പറഞ്ഞു. വഴങ്ങിയില്ല ഒടുവിൽ പൊലീസുകാർ തന്നെ വസ്ത്രം അലക്കിക്കൊടുത്തു. റിമാൻഡ് പ്രതിയായി അഞ്ചര മാസം ജയിലിൽ കിടന്നു. ഒടുവിൽ വെറുതെ വിട്ടു.

മുനയൻകുന്ന് സംഭവത്തെത്തുടർന്ന് അഴിഞ്ഞാടിയ പൊലീസ് നമ്പീശന്റെ ഡയറികളും മറ്റ രേഖകളും നശിപ്പിച്ചു. വീണ്ടും ഉപ്പനങ്ങാടി യിലേക്ക് അദ്ദേഹം ഒളിവിൽപ്പോയി. സഹസ്ര ലിംഗേശ്വര ദേവസ്ഥാന ത്ത് കഴകവൃത്തി തുടങ്ങി. 51 ൽ വീണ്ടും നാട്ടിലെത്തി. കർഷകസംഘം വില്ലേജ് സെക്രട്ടറിയായി. 52 ലെ തെരഞ്ഞെടുപ്പിൽ ഏ. കെ. ജിക്കും കെ. പി. ഗോപാലനും വേണ്ടി പ്രവർത്തിച്ചു. പാലക്കാട് നടന്ന പാർട്ടി കോൺഗ്രസിൽ പങ്കെടുക്കാനും അവസരമുണ്ടായി.

59 ൽവീണ്ടും കർണാടകയിലേക്ക്. പുത്തൂരിൽ മഹാലിംഗേശ്വര ദേവസ്ഥാനത്ത് കഴകം ആരംഭിച്ചു. പാർട്ടി താലൂക്ക് കമ്മിറ്റി ഓഫീസി ലായിരുന്ന താമസം. അവിടെവെച്ച് കർണാടക റയട്ട് സംഘത്തിന്റെ

സജീവ പ്രവർത്തകനായി. പാവങ്ങൾക്ക് ഭൂമിക്കുവേണ്ടിയുള്ള സമര ങ്ങൾക്ക് നേതൃത്വം കൊട്ടുത്തു. 1963 മുതൽ 68 വരെ കമ്മ്യൂണിസ്റ്റ് പാർട്ടിയുടെ മംഗലാപുരം ജില്ലാ കമ്മിറ്റി അംഗമായിരുന്നു. രാഷ്ട്രീയ പ്രവർത്തനം അസഹ്യമായി തോന്നിയ ക്ഷേത്രം അധികൃതർ അദ്ദേ ഹത്തെ ജോലിയിൽ നിന്ന് പിരിച്ചുവിട്ടു. സ്വാതന്ത്ര്യസമര പെൻഷൻ കൊണ്ടാണ് പിന്നീട് ജീവിച്ചത്. അഭിനവ് ഭാരത് യുവക് സംഘത്തിന്റെ യോഗത്തിൽ സംഘത്തിന്റെ പതാക വെള്ളനിറമുള്ളതാകണമെന്ന് നമ്പീശൻ വാദിച്ചതറിഞ്ഞ് പി. കൃഷ്ണപിള്ള അദ്ദേഹത്തെ അഭിനന്ദിച്ചി ട്ടുണ്ട്. കർണാടകത്തിലെ 'ശ്രദ്ധി ബഡ്ഡുഗഡെ' ദിനപത്രം നടത്തിയ അഭിപ്രായ വോട്ടെടുപ്പിൽ ഏറ്റവും നല്ല സാമൂഹ്യപ്രവർത്തകനായി ജനങ്ങൾ തെരഞ്ഞെടുത്തത് നമ്പീശനെയാണ്. 90 മുതൽ മാതമം ഗലത്ത് സിപിഐ(എം) ലോക്കൽ കമ്മിറ്റി ഓഫീസിൽ ആയിരുന്ന നമ്പീശന്റെ താമസം. മുട്ടോളമെത്തുന്ന ഒറ്റമുണ്ടും കോളർ ഇല്ലാത്ത ഷർട്ടുമായിരുന്നു വേഷം. രണ്ടായിരത്തിരണ്ടിൽ പരമേശ്വരൻ നമ്പീശൻ അന്തരിച്ചു.

മാതമംഗലത്തെ മറ്റൊരു പ്രധാന നേതാവായിരുന്ന എ). എം. ശങ്കരൻ നമ്പീശൻ. തളിപ്പറമ്പിനടുത്ത മഴൂരിൽ ജനിച്ച ശങ്കരൻ നമ്പീശൻ ചെറുപ്പത്തിലേ കോൺഗ്രസ് പ്രവർത്തകനായി. പയ്യന്നൂരിൽ ഗാന്ധിജി വന്നപ്പോൾ പ്രസംഗം കേൾക്കാൻ പോയതിന്റെ പേരിൽ അച്ഛൻ അദ്ദേഹത്തെ വീട്ടിൽനിന്ന് പുറത്താക്കി. തുടർന്ന് മാതമംഗല ത്തെത്തി ആയുർവേദ ചികിത്സ തുടങ്ങി. മാതമംഗലത്ത് ആദ്യമായി കോൺഗ്രസ് അംഗത്വം ലഭിച്ച രണ്ടുപേരിൽ ഒരാൾ നമ്പീശൻ ആയിരുന്നു. വൈകാതെ കോൺഗ്രസ് സോഷ്യലിസ്റ്റ് പാർട്ടിയുടെ പ്രവർത്തകനായി. പാർട്ടിയുടെ മുഖപത്രമായ പ്രഭാതം പ്രചരിപ്പിക്കുക എന്ന ദൗത്യം ഏറ്റെടുത്തു. പിന്നീട് ദേശാഭിമാനി ഏജന്റായി. മാതമംഗ ലത്ത് കമ്മ്യൂണിസ്റ്റ് പാർട്ടിയുടെ മെമ്പർഷിപ്പ് ലഭിച്ച ആദ്യ രണ്ടുപേരിൽ ഒരാളും നമ്പീശനായിരുന്നു. മറ്റൊന്ന് വേങ്ങയിൽ വടക്കത്ത് കുഞ്ഞി രാമൻ നായർ. മൊറാഴ സംഭവദിവസം അവിടത്തേക്ക് മാതമംഗലത്ത് നിന്ന് പുറപ്പെട്ട ജാഥയിൽ ശങ്കരൻ നമ്പീശനും ഉണ്ടായിരുന്നു.

എരമത്ത് പർച്ചെയ്സിങ് ഇൻസ്പെക്ടറുടെ ചെവി മുറിച്ച സംഭവ ത്തിൽ കൂടുതൽ അനിഷ്ട സംഭവങ്ങളുണ്ടാകാതിരുന്നത് നമ്പീശന്റെ ഇടപെടൽ മൂലമാണ്. തൈവളപ്പിൽ മാണിക്കത്തെ ഒഴിപ്പിക്കാനെ ത്തിയ ജന്മിക്കെതിരെ പ്രതിഷേധവുമായി പാർട്ടി രംഗത്തെത്തിയ പ്പോൾ നമ്പീശനും അതിന്റെ നേതൃത്വത്തിലുണ്ടായിരുന്നു. കേസെടു ത്തപ്പോൾ ഒളിവിൽപ്പോയെങ്കിലും പിടിയിലായി. ഒന്നര വർഷത്തെ

കഠിന തടവായിരുന്ന ശിക്ഷ. 1946 ഏപ്രിൽ 19 ന്അദ്ദേഹം തടവുചാടി. എന്നാൽ മറ്റൊരു കേസിൽ അടുത്ത ആഗസ്റ്റ് 19ന് വീണ്ടും പിടിക്കുടി. ആദ്യത്തെ ശിക്ഷക്കു പുറമേ തടവുചാടിയതിന് ആറു മാസം കൂടി തടവ് ലഭിച്ചു. കണ്ണൂർ, വെല്ലൂർ, സേലം ജയിലുകളിലാണ് ഇത്തവണ കിടന്നത്. ഒന്നര വർഷത്തിനുശേഷം 1949 ഫെബ്രുവരി ഒന്നിന് മോചിതനായി.

കൽക്കത്ത തിസീസിനെ തുടർന്ന് പാർട്ടിയെ അധികൃതർ വേട്ട യാട്ടുന്നതിന്റെ ഭാഗമായി നമ്പീശനെ പിന്നെയും അറസ്റ്റ് ചെയ്തു. ഒരു മാസം റിമാൻഡിൽ കഴിഞ്ഞു. ജാമ്യമെടുക്കാൻ ആളില്ലാത്തതിനാൽ സ്വന്തം ഉത്തരവാദിത്വത്തിൽ മജിസ്ട്രേറ്റ് നമ്പീശനെ വിട്ടു. ആഗസ്റ്റ് 19ന് കൃഷ്ണപിള്ള ദിനത്തിൽ പെരിങ്ങോം പോലീസ് സ്റ്റേഷനുമുന്നിൽ ചെങ്കൊടി ഉയർത്തി അധികാരികളെ വീണ്ടും വെല്ലുവിളിച്ചു.

52 ആകുമ്പോഴേക്ക് പാർട്ടി വീണ്ടും പരസ്യ പ്രവർത്തനം തുടങ്ങി. എരമം,പെരിങ്ങോം, കുറ്റൂർ, വയക്കര വില്ലേജുകൾ ചേർന്നുള്ള ലോക്ക ലിന്റെ ഓർഗനൈസേഷൻ സെക്രട്ടറിയായി നമ്പീശൻ തെരഞ്ഞെടു ക്കപ്പെട്ടു. ആദ്യ സെക്രട്ടറിയും അദ്ദേഹമായിരുന്നു. 54 ലെ ആദ്യത്തെ പഞ്ചായത്ത് തെരഞ്ഞെടുപ്പിൽ ശങ്കരൻ നമ്പീശൻ മത്സരിച്ച് ജയിച്ചു. 57 ൽ വയനാട്ടിലേക്ക് പോയ അദ്ദേഹം പത്തുവർഷം അവിടെ കഴിഞ്ഞു. 70 മുതൽ വീണ്ടും പാർട്ടിയിൽ സജീവമായി. മാതമംഗലം ലോക്കൽ കമ്മിറ്റി അംഗമായി. 2013 സപ്തംബർ 17ന് ന്ഊറാം വയസ്സിലാണ് അന്തരിച്ചത്.

കുറ്റരിലാകട്ടെ കർഷകസംഘം ഉണ്ടാവുന്നതിനു മുമ്പേ നായനാരോട് ധീരമായി ചെറുത്തുനിന്ന രണ്ട് കർഷകരുണ്ടായിരുന്നു. കോടിലോൻ രാമനും വണ്ണത്താൻ രാമനും. ജന്മിയെ കിടകിടാ വിറപ്പിച്ച ഇവരിൽ കോടിലോൻ രാമനെ നെല്ലിയാട്ട് വയലിൽവച്ച് കരിക്കുകൊണ്ട് കുത്തിയാണ് ജൻമിഗുണ്ടകൾ കൊന്നത്. വണ്ണത്താൻ രാമനാകട്ടെ പലപ്പോഴും ജന്മിയെ മുഖാമുഖം നിന്ന് ചോദ്യം ചെയ്തിട്ടുണ്ട്. ഒരിക്കൽ കള്ളഷാപ്പിൽ നിന്ന് രാമന് കള്ള് കൊടുക്കരുതെന്ന് ജന്മി ഉത്തരവി ട്ടു. ക്ഷുഭിതനായ രാമൻ ജന്മിയുടെ വീട്ടിലെത്തി കള്ള് ആവശ്യപ്പെട്ടു. ഒടുവിൽ അഞ്ച് രൂപയും കൊടുത്ത് ഒരാളെ ഷാപ്പിലേക്ക് കൂടെ അയച്ച് ഇഷ്ടം പോലെ കള്ള് കുടിച്ചോളാൻ ജൻമി നിർദ്ദേശിച്ചു. തങ്ങളുടെ സ്ത്രീകളെ ജന്മി ബലമായി പ്രാപിച്ചാൽ അതുപോലെ തിരിച്ചും ചെയ്യും എന്ന് രാമൻ താക്കീത് നൽകി. 'എണ്ണ്ട്ടാ എണ്ണ്ട്ടാ നായനാരേ' എന്ന തുടങ്ങുന്ന പാട്ടിലൂടെ ജൻമിക്ക് താക്കീതും നൽകി രാത്രി ചുറ്റും വീശി നടക്കുന്ന രാമന്റെ ചിത്രം പഴയ തലമുറക്കാർക്ക് മറക്കാനാവാത്തതാ യിരുന്നു.

ഒടുവിൽ ജന്മി ഗുണ്ടകളെ ഉപയോഗിച്ച് ചതിയിലാണ് രാമനെ പിടി കൂടിയത്. പാറക്കടവ് പുഴയിൽ കുളിക്കാനിറങ്ങിയ രാമനെ ഗുണ്ടകൾ വളയുകയായിരുന്നു. കാരമുള്ളിന്റെ വടികൊണ്ട് അദ്ദേഹത്തെ അടിച്ച് വീഴ്ത്തി. തന്റെ കയ്യിൽ ഉണ്ടായിരുന്ന 25 പൈസ വായിലിട്ട ശേഷമാണ് രാമൻ ഗുണ്ടകളെ നേരിട്ടത്. പക്ഷേ ഗുണ്ടകൾ അദ്ദേഹത്തെ കീഴടക്കി പിടിച്ചുകെട്ടി പൊലീസിലേൽപിച്ചു. കണ്ണൂർ ജയിലിൽ എത്തുന്നതുവരെ വായിലെ നാണയം അദ്ദേഹം പുറത്തെടുത്തിരുന്നില്ല. രാമന്റെ സഹന ശേഷിയുടെതെളിവായിരുന്നു അത്.

ജയിലിൽവച്ച് കാൽ ഞരമ്പു മുറിച്ച് മുടന്തനാക്കിയാണ് രാമനെ പുറ ത്തുവിട്ടത്. എ.കെ.ജിയുടെ ആത്മകഥയിൽ വണ്ണത്താൻ രാമനെക്കുറിച്ച് പ്രതിപാദിച്ചിട്ടുണ്ട്.

കർഷക സംഘം ഉണ്ടായ ശേഷം സമരങ്ങൾക്ക് സംഘടിത രൂപം ലഭിച്ചു. മൊറാഴ നടന്ന പ്രതിഷേധ റാലിയിൽ കുറ്റൂരിൽ നിന്നും ആളുകൾ പങ്കെടുത്തിട്ടുണ്ട്. ചീയ്യഞ്ചേരി കുറുപ്പം വീട്ടിൽ കുഞ്ഞികൃഷ്ണൻ നായർ, കുഞ്ഞിരേർമൻ ഗുരുക്കൾ,നാവുതിയൻ മീത്തലെ വീട്ടിൽ കണ്ണൻ, കോട്ടൂർ കുഞ്ഞിക്കണ്ണൻ, കെ. പി. കൃഷ്ണൻനായർ ശങ്കരൻകുട്ടിവാര്യർ, വളപ്പൻ കേളു, വളപ്പൻ കൃഷ്ണൻ എന്നിവരായിരുന്നു സംഘം നേതാക്കൾ.

മൊറാഴ സംഭവത്തെ തുടർന്ന് ചീയ്യഞ്ചേരി കുറുപ്പം വീട്ടിൽ കുഞ്ഞി കൃഷ്ണൻനായരെ എം എ സ് പിക്കാർ ക്രൂരമായി മർദ്ദിച്ചു. വീട്ടിൽ നിന്ന് ഭക്ഷണം കഴിച്ചുകൊണ്ടിരിക്കെ പിടിച്ചുകൊണ്ടുപോയി ക്ഷേത്ര നടയിൽ വച്ചായിരുന്നു മർദ്ദനം. കുറ്റൂർ വേങ്ങയിൽ മഠത്തിൽവച്ച് മർദ്ദനം തുടർന്നു. പിന്നീട് റിമാൻഡ് ചെയ്തു. മർദ്ദനഫലമായി ക്ഷയരോഗം ബാധിച്ചാണ് അദ്ദേഹം മരിച്ചത്. 1948 ലായിരുന്നു ഇത്. അഭിനവ ഭാരത യുവക് സംഘത്തിന്റെ വെള്ളോറായിലെ ആദ്യത്തെ സെക്രട്ടറി ഇദ്ദേഹമായി രുന്നു. വെള്ളോറ ക്ഷേത്രത്തിൽ ഉത്സവത്തിന് ഇല മുറിക്കുന്നതിന് കൂലി കൂട്ടണമെന്ന് ആവശ്യപ്പെട്ട് നടത്തിയ സമരത്തിന്റെയും മുൻനിരയിൽ കുഞ്ഞികൃഷ്ണൻ നായരായിരുന്നു.

താറ്റേരിയിലെ കമ്മാരന്റെ വീട് ഗുണ്ടകൾ ആക്രമിച്ചത് അക്കാ ലത്തെ ഒരു പ്രധാന സംഭവമായിരുന്നു. കർഷക സംഘം ഇതിൽ പ്രതിഷേധിച്ച് രംഗത്തു വന്നു. താറ്റേരിയിലെ തന്നെ കണ്ണാട കുഞ്ഞി രാമൻ കയ്യിൽ കഠാരയുമായി നാട്ടിലിറങ്ങി ജൻമിയെയും ഗുണ്ടകളെയും ഭയപ്പെടുത്തിയിരുന്നു.

1951 ലാണ് കുറ്റൂരിൽ കമ്മ്യൂണിസ്റ്റ് പാർട്ടിയുടെ ആദ്യ സെൽ രൂപീ കരിക്കുന്നത്. വി. വി. കണ്ണനായിരുന്നു സെക്രട്ടറി. നാല്യപുരപ്പാട്ടിൽ കണ്ണൻ, എം. പി. നാരായണൻ, മൂക്കന്നൂകാരൻ കുഞ്ഞിരാമൻ, എ.

കുന്നമ്മൽ ചിണ്ടൻ

വി. കുഞ്ഞപ്പൻ, പി. കണ്ണൻനായർ എന്നി ങ്ങനെ 21 പേർ അംഗങ്ങൾ.

കക്കറയിലാകട്ടെ വളരെ നേരത്തേ ദേശീയ പ്രസ്ഥാനത്തിന്റെ വിത്ത് വീണിരുന്നു. 1936 ൽ ഏ. കെ. ജി. നയിച്ച പട്ടിണിജാഥയുടെ അനുബന്ധജാഥ കുപ്പാടക്കൻ കുഞ്ഞിരാമൻ നമ്പ്യാരുടെ നേതൃത്വത്തിൽ കക്കറയിൽ നിന്ന് പുറപ്പെടുകയുണ്ടായി. 1934 ൽത്തന്നെ ബാലഭാരത സംഘവും അഭിനവ ഭാരത യുവക് സംഘവും ഇവിടെ ഉണ്ടായി. സി. കെ. കൃഷ്ണൻ നമ്പ്യാർ, നാവുതിയൻ മീത്തലെ വീട്ടിൽ കണ്ണൻ, വളപ്പൻ കേളു എന്നിവരുടെ നേതൃത്വത്തിൽ അക്കാലത്ത് വെള്ളോറയിൽ കള്ളഷാപ്പ് പിക്കറ്റിംഗ് നടന്നു. കുഞ്ഞി രാമൻനമ്പ്യാരുടെ നേതൃത്വത്തിൽ വെള്ളോറ ചുഴലി ഭഗവതി ക്ഷേ ത്രത്തിൽ ഹരിജനങ്ങൾ പ്രവേശിച്ചതും പന്തിഭോജനം നടത്തിയതും മഹാസംഭവങ്ങളായി. സ്വാമി ആനന്ദതീർത്ഥൻ ഇതറിഞ്ഞ് കക്കറയിൽ വന്നിരുന്നു. യുവക് സംഘത്തിന്റെയും ബാലസംഘത്തിന്റെയും ആഭിമു ഖ്യത്തിൽ വെള്ളോറയിൽ സമൂഹസദ്യയും നടത്തുകയുണ്ടായി.

ചിറക്കൽ താലൂക്ക് കോൺഗ്രസ് പ്രസിഡണ്ടായിരുന്ന കുപ്പാടക്കൻ കുഞ്ഞിരാമൻ നമ്പ്യാർ. 1931 ൽ തളിപ്പറമ്പിൽ ഒരു യോഗത്തിൽ പ്ര സംഗിച്ചു കൊണ്ടിരിക്കുമ്പോൾ പൊലീസ് അദ്ദേഹത്തെ അറസ്റ്റ് ചെയ്ത് ആറുമാസം തടവിലിട്ടു. കക്കറ സ്കൂളിന്റെ സ്ഥാപകനുമാണ് ഇദ്ദേഹം. രണ്ടാംലോകമഹായുദ്ധകാലത്ത് നേവിയിൽ ചേർന്ന കുപ്പാടക്കൻ കരു ണാകരൻനമ്പ്യാർ ക്വിറ്റിന്ത്യാ സമരകാലത്ത് പ്രക്ഷോഭത്തിൽ പങ്കെ ടുത്തതിന് പിരിച്ചുവിടപ്പെട്ടു. 1934ൽ പയ്യന്നൂരിലെത്തിയ ഗാന്ധിജിയെ സ്വീകരിക്കുന്നതിന് ഇദ്ദേഹം മുൻപന്തിയിൽ ഉണ്ടായിരുന്നു.

കാങ്കോൽ ആലപ്പടമ്പ് ഗ്രാമങ്ങളിൽ പ്രധാനമായി നടന്ന കർഷക സമരങ്ങൾ ഒഴിപ്പിക്കലിനും നെല്ല് പൂഴ്ത്തിവപ്പിനും എതിരെയായിരു ന്നു. കാങ്കോൽ വില്ലേജിൽ എം. ശങ്കരൻ നമ്പൂതിരി, പയ്യാടക്കൻ നാരായണൻ മാസ്റ്റർ, കെ സി കുഞ്ഞാപ്പമാസ്റ്റർ, കെ പി കുഞ്ഞിക്കണ്ണൻ മാസ്റ്റർ, പാട്ടക്കോടതി എന്നറിയപ്പെടുന്ന പനയന്തട്ട നാരായണൻ നമ്പ്യാർ, പനയന്തട്ട കുഞ്ഞിനാരായണൻ മാസ്റ്റർ, ടി. കെ കൃഷ്ണപ്പൊ തുവാൾ തുടങ്ങിയവരാണ് നേതൃത്വം നൽകിയത്.

ആലപ്പടമ്പ് വില്ലേജിൽ സി. കെ കുഞ്ഞിരാമൻ നായർ, കല്ലറ നാരായണൻ നായർ, കുന്നമ്മൽ ചിണ്ടൻ, കുന്നമ്മൽ രാമൻ, കൈപ്രവൻ ഗോപാലൻ മാസ്റ്റർ, കെ.പി. നാരായണൻ നായർ, സഖാവ് രാമൻ എന്നറിയപ്പെട്ടന്ന ചാലിൽ കുഞ്ഞിരാമൻ, കാനാ കുഞ്ഞിക്കണ്ണൻ നായർ, കൈപ്രവൻ കൃഷ്ണൻ നായർ

എന്നിവരായിരുന്ന ആദ്യകാല നേതാക്കൾ. 1940 കാലത്ത് കുണ്ടു ത്തിടിലിൽ പന്തിഭോജനം നടന്നു. മുനയൻകുന്ന് സംഭവത്തിനുമുമ്പേ ആലപ്പടമ്പിന് ഒരു രക്തസാക്ഷിയുണ്ടായിരുന്നു. കോഴിക്കോട്ട് സാമ്രാ ജ്യത്വ വിരുദ്ധ സമരത്തിൽ പങ്കെടുത്ത് പൊലീസ് മർദ്ദനമേറ്റതിനെ തുടർന്ന് മരണപ്പെട്ട കൈപ്രവൻ കുഞ്ഞിരാമൻ.

ആലക്കാട് ദേശത്ത് മണിപ്പഴ നമ്പൂതിരി ക്ലാരൻ ചന്ത്രവിനെ ഒഴി പ്പിച്ചതിനെത്തുടർന്നുണ്ടായ സമരങ്ങളില്ലൂടെയാണ് കർഷകസംഘം ശക്തിപ്രാപിച്ചത്. എകെജി ഉൾപ്പെടെ ഈ സംഭവത്തിൽ ഇടപെട്ടി രുന്നു. നെല്ല് കടത്തുകയായിരുന്ന ജന്മിയെ കരിങ്കുഴിയിൽവച്ച് തടഞ്ഞ് കണ്ടോത്ത് കൊണ്ടുപോയി നെല്ല് വിതരണം ചെയ്തതാണ് ഈ പ്രദേ ശത്തെ മറ്റൊരു പ്രധാന സംഭവം.

ചരിത്രത്തിന്റെ ചുണ്ടുപലക

63 ഒരു മനുഷ്യന് മറ്റൊരു മനുഷ്യനോട് കാട്ടാവുന്നതിൽവച്ച് ഏറ്റവും വലിയ ക്രൂരതയാണ് ജന്മിത്തം കമ്മ്യൂണിസ്റ്റുകാരോട് കാട്ടിയത്. ഭാഷയിൽ നിലവിലുള്ള ഏതു പദംകൊണ്ട് വിശേഷിപ്പിച്ചാലും ആ അനുഭവത്തിന്റെ കണിക പോലും പുതുതലമുറയ്ക്ക് കൈമാറാൻ പര്യാപ്തമാവില്ല. മാന്യമായ ശവസംസ്കാരം ഏത് പ്രാകൃതകാലത്തും പതിവുണ്ടായിരുന്നു. ഇവിടെ പക്ഷേ മരിച്ച കമ്മ്യൂണിസ്റ്റുകാരെ ഒരുനോ ക്കുകാണാനോ ഒന്നുറക്കെ നിലവിളിക്കാനോ പോലും ബന്ധുക്കൾക്ക് സ്വാതന്ത്ര്യമുണ്ടായിരുന്നില്ല. കമ്മ്യൂണിസ്റ്റുകാരനുമായുള്ള വിദൂരചങ്ങാ ത്തം പോലും കുടുംബംതന്നെ കുളം തോണ്ടാവുന്ന കുറ്റകൃത്യമായിരുന്ന അതിഭീകരകാലം. അപരർക്കു വേണ്ടി സ്വന്തം ജീവൻ പോലും കരുതി കൊടുക്കാൻ തയ്യാറായി മുന്നോട്ട വരുന്ന ഈ ത്യാഗത്തെ എന്തു പേരിട്ടാണ് വിളിക്കേണ്ടതെന്ന് ചരിത്രം അത്ഭുതപ്പെടുന്നു. നല്ലൊരു സമൂഹത്തിനുവേണ്ടി, വരാനിരിക്കുന്ന തലമുറകൾക്കുവേണ്ടി വീടും കുടുംബവും ഒക്കെ ഉപേക്ഷിച്ച് സഹനത്തിന്റെ മഹാപർവതങ്ങൾ കീഴട ക്കിയ അവരുടെ ജീവിതകഥകൾ സ്വതന്ത്രഭാരതത്തിലെ ഇതിഹാസം തന്നെയാണ്. കണ്ണീർ പൊഴിക്കാതെ ആ കഥ കേട്ടുനിൽക്കാനും വായിച്ചു പോകാനും ഹൃദയമുള്ള മനുഷ്യർക്ക് സാധിക്കില്ല.

ഏതൊരു സാമൂഹ്യ ഇടപെടലും ചെറുതോ വലുതോ ആയി സമൂഹത്തെ സ്വാധീനിക്കുക തന്നെ ചെയ്യും. അധികാര വ്യവസ്ഥയ്ക്കെ തിരായ പോരാട്ടങ്ങളാകട്ടെ, ദൂരവ്യാപകമായ ഫലങ്ങളുളവാക്കും. ഭൂരിപക്ഷം വരുന്ന ജനതയുടെ ചോരയും നീരും ഊറ്റിക്കുടിക്കുന്ന, ചൂഷ ണത്തിന്റെ അടിത്തറയിൽ കെട്ടിപ്പടുത്ത ഒരു വ്യവസ്ഥയ്ക്ക് അധികകാലം

നിലനിൽപില്ല. അടിസ്ഥാന ആവശ്യങ്ങളോടൊപ്പം സ്വാതന്ത്ര്യവും മനുഷ്യന് പ്രധാനമാണ്. അസ്വാതന്ത്ര്യത്തിന്റെ ഉരുക്ക കോട്ടകൾ അവർ തകർക്കുക തന്നെ ചെയ്യുമെന്ന് മുനയൻകുന്നൾപ്പെടെയുള്ള സമരങ്ങളുടെ അനന്തരകാലം നമ്മെ ബോധ്യപ്പെടുത്തുന്നു,

ഇന്നിപ്പോൾ കാലം മാറി, കഥ മാറി. ജന്മിമാർ നാട്ടുനീങ്ങി. വേങ്ങയിൽ മഠവും ആലപ്പടമ്പ് മഠവും ആരെയും ഭരിക്കുന്നില്ല. ആയിര ക്കണക്കിന് ഏക്കർ ഭൂമിയും വാരവും പാട്ടവും അവർക്കില്ല. പൊലീസോ ഗുണ്ടകളോ അവിടെ കാവൽ കിടക്കുന്നുമില്ല. ജന്മിമാർ ഭൂമിയിൽ നിന്നു തന്നെ ഉന്മൂലനം ചെയ്യാൻ ശ്രമിച്ച കമ്മ്യൂണിസ്റ്റ് പ്രസ്ഥാനം ജന്മിത്ത ത്തെ ഉന്മൂലനം ചെയ്ത് നാടാകെ പടർന്നുപന്തലിച്ചു. ജന്മിമാരുടെ പുതിയ തലമുറക്കാർ പലരും അതിന്റെ പ്രവർത്തകരോ സഹയാത്രി കരോ ആയി.

അമ്പതുകളുടെ രണ്ടാം പകുതിയോടെ വേങ്ങയിൽ നായനാർ ഉൾപ്പെടെയുള്ള ജന്മിമാർ കിഴക്കൻ മേഖലയിലെ ഭൂമി കുടിയേറ്റ ക്കാർക്ക് വിറ്റ തുടങ്ങിയിരുന്നു. 47-48 കാലത്ത് ആരംഭിച്ച കുടിയേറ്റം എഴുപതുകളോടെ മലയോരത്തെ പൂർണ്ണമായും കീഴടക്കി. മുനയൻകു ന്നും ചുറ്റപാടുമുള്ള സ്ഥലങ്ങളും അവർ വാങ്ങി. കൃഷിയിറക്കി; വീടുവച്ചു. ചെഞ്ചേരിയൻ കൃഷ്ണൻനായരും സ്ഥലം കൈമാറി. ആറു ജീവിതങ്ങളുടെ ബലിത്തറയായ അഞ്ചു സെന്റ് സ്ഥലം സിപിഐഎം വിലയ്ക്കുവാങ്ങി അവിടെ സ്മാരകമുണ്ടാക്കി. സഖാക്കളെ ഒറ്റുകൊടുത്ത കണ്ണക്കാര ത്തി മമ്മത് വീട്ടിനടുത്ത്പൊട്ടക്കിണറ്റിൽ ഒടുങ്ങി. രക്തസാക്ഷികൾ ഇപ്പോഴും പുതുതലമുറകളുടെ ഓർമ്മകളിലൂടെ ജീവിച്ചുകൊണ്ടിരിക്കുന്നു. അവരാണ് നമുക്ക് ഇക്കാണുന്നതെല്ലാം തന്നത്. നാം നിൽക്കുന്ന തറ പണിതത്.

സാഹിത്യത്തെയും സംസ്കാരത്തെയുമെല്ലാം മുനയൻകുന്ന് സ്വാധീ നിക്കുകയുണ്ടായി. പ്രാപ്പൊയിൽ നെല്ലെടുപ്പുകേസ് പ്രതിക്കൂടിയായ ഏ. ജി. നായർ അതേക്കുറിച്ച് കവിതയെഴുതി. ബാലൻ കെ മാസ്റ്റർ മുനയൻ കുന്നിനെ ആധാരമാക്കി നാടകമുണ്ടാക്കി മണ്ടൂർ അഴീക്കാൻ സ്മാരക കലാവേദി അത് നിരവധി വേദികളിൽ അവതരിപ്പിച്ചു. ചരിത്രം മറക്കുന്ന മനുഷ്യൻ മരിച്ച മനുഷ്യനാണ്. ജീവിതത്തിന്റെ അർത്ഥം എങ്ങനെ യെങ്കിലും പണമുണ്ടാക്കി അടിച്ചുപൊളിക്കലാണെന്നും മറ്റുള്ളവരുടെ കാര്യത്തിലോ സമൂഹത്തിലെ പ്രശ്നങ്ങളിലോ ഇടപെടുന്നവർ പരി ഹാസ്യരാണെന്നും കാക്കത്തൊള്ളായിരം മാധ്യമങ്ങൾ ഒരേപോലെ പ്രചരിപ്പിച്ചുകൊണ്ടിരിക്കുന്ന കാലമാണിത്. മറ്റുള്ളവർക്കുവേണ്ടി

പ്രവർത്തിക്കാനും എന്തും ത്യജിക്കാനുമുള്ള സന്നദ്ധതയാണ് മനുഷ്യമ
ഹത്വമെന്നും ഒരാദർശത്തിനുവേണ്ടി മരിച്ചുവീഴുന്നവർ തോൽക്കുകയല്ല
എന്നെന്നേക്കുമായി വിജയിക്കുകയാണ് ചെയ്യുന്നതെന്നും മുനയൻകുന്ന്
ഓർമിപ്പിച്ചു കൊണ്ടിരിക്കുന്നു.

സഹായകഗ്രന്ഥങ്ങൾ

1. ഇന്ത്യൻ കമ്മ്യൂണിസ്റ്റ് പ്രസ്ഥാന ചരിത്രത്തിലേക്ക് ഒരു എത്തിനോട്ടം: സി. ഭാസ്കരൻ, ചിന്ത പബ്ലിഷേഴ്സ്, തിരുവനന്തപുരം, 1989

2. ഏഴിമല : കെ ബാലകൃഷ്ണൻ, മാതൃഭൂമി ബുക്സ്, കോഴിക്കോട്, 2007

3. കേരളം പോരാട്ടത്തിന്റെ കനൽച്ചിത്തകളിലൂടെ (എഡിറ്റർ :കെ വി കുഞ്ഞിരാമൻ),പുരോഗമന പ്രസാധക സമിതി, പേരാമ്പ്ര, 2000.

4. മൊറാഴ :പി മോഹൻദാസ്, മൊറാഴ കൾച്ചറൽ സെന്റർ, 1993.

5. ചുവന്ന ഗ്രാമം :പയ്യന്നൂർ കുഞ്ഞിരാമൻ,എതിർദിശ, പയ്യന്നൂർ,2008

6. കമ്മ്യൂണിസ്റ്റ് പാർട്ടി അമ്പതാം വാർഷിക സുവനീർ, കണ്ണൂർ, 1990.

7. കരിവെള്ളൂർ സമരം അറുപതാം വാർഷിക സ്മരണിക: (എഡിറ്റർ: കരിവെള്ളൂർ മുരളി), 2007.

8. കോറോം രക്തസാക്ഷിത്വം അറുപതാം വാർഷിക സ്മരണിക, കോറോം, 2008.

പരിശോധിച്ച കോടതി രേഖകൾ

തലശ്ശേരി കോടതിയിലെ എസ് സി 25 /49 കേസ് (ആലപ്പടമ്പ് നെല്ലെടുപ്പ്) എസ് സി 4/ 49 (കോറോം നെല്ലെടുപ്പ്) എസ് സി 17 /52 (കോറോം നെല്ലെടുപ്പ്) എന്നീ കേസുകളുടെ വിധിപ്പകർപ്പ് (ജഡ്ജി :കെ സി ചെറിയ കുഞ്ഞുണ്ണിരാജ)

എസ് സി 14/ 49 (കോറോം നെല്ലെടുപ്പ്) 12/ 49 (പ്രാപ്പൊയിൽ നെല്ലെടുപ്പ്) എന്നിവയുടെ വിധി (ജഡ്ജി :സി. ഡി. തുളസി റാം മുതലിയാർ)എസ് സി 11/ 52 (പ്രാപ്പൊയിൽ നെല്ലെടുപ്പ് ജഡ്ജി : സി. ആർ. വിശ്വനാഥയ്യർ) 24/ 52 (ജഡ്ജി :കെ സി ചെറിയ കുഞ്ഞുണ്ണിരാജ) എന്നീ കേസുകളുടെ വിധിപ്പകർപ്പുകൾ.

അഭിമുഖങ്ങൾ

1. ഇ. വി. കുഞ്ഞിക്കണ്ണൻ മാസ്റ്റർ,ആലപ്പടമ്പ്

2. വി. വി. കണ്ണൻവൈദ്യർ,കുറ്റൂർ

3. പാപ്പിനിശ്ശേരി കൃഷ്ണൻനായർ,പാറോത്ത്നീർ

4. കെ. എ. പാർവതിയമ്മ, കേളോത്ത്.

5. പി. ഇ. ചെറിയ രാമൻനമ്പ്യാർ, കോറോം.

6. മൊടത്തറ രാഘവൻനമ്പ്യാർ, ക്ളർക്കര.

7. സരോജിനി,ചിറ്റാരിക്കൽ

8. കാനപ്രവൻ കുഞ്ഞാമിന, കാറമേൽ.

9. കൈപ്രത്ത് നാരായണി, ആലപ്പടമ്പ്

10. കൈപ്രത്ത് കാർത്ത്യായനി, കുണ്ടംതടം

11. കെ പി അപ്പനുമാസ്റ്റർ, വെള്ളോറ

12. എം. വി. രവീന്ദ്രൻ, തില്ലങ്കേരി.

13. ടി. വി. കുഞ്ഞിക്കണ്ണൻ, ചെറുപുഴ.

14. പി കെ കുമാരൻഇരുക്കൾ, എരമം

15. പാപ്പിനിശ്ശേരി സാവിത്രി, കോറോം

16. എ). വി. മാണി, കോറോം.

17. കുതിരുമ്മൽ ചിരി, കുണ്ടയംകൊവ്വൽ

18. കെ വി മാധവി, കുണ്ടയംകൊവ്വൽ

19. എം. കെ. കുഞ്ഞപ്പൻ, കുറ്റർ

20. പരിയാരത്ത് കൃഷ്ണൻനായർ, കരിവെള്ളൂർ.

21. കല്ലത്ത് കരുണാകരൻ,പെരിങ്ങോം

22. കൈപ്രത്ത് പത്മിനി, പെരിങ്ങോം

23. സി. ലക്ഷ്മണൻ, കക്കിരിയാട്

മുനയൻകുന്നിൽ ക്യാമ്പ് ചെയ്ത പോരാളികൾ

1. കെ സി കുഞ്ഞാപ്പമാസ്റ്റർ (കാങ്കോൽ)

2. പി കണ്ണൻ നായർ (പയ്യന്നൂർ)

3. കെ. എ. ചിണ്ടപ്പൊതുവാൾ (പയ്യന്നൂർ)

4. കാനപ്രവൻ അബ്ദുൾഖാദർ (കോറോം)

5. പാപ്പിനിശ്ശേരി കേളു നമ്പ്യാർ (കോറോം)

6. മൊടത്തറ ഗോവിന്ദൻ നമ്പ്യാർ (കോറോം)

7. പള്ളത്ത് കേശവൻ നമ്പൂതിരി (കോറോം)

8. പാവ്വർ കണ്ണൻ (കോറോം)

9. പാപ്പിനിശ്ശേരി കൃഷ്ണൻ നായർ (കോറോം)

10. മാരാങ്കാവിൽ കുഞ്ഞമ്പു (കോറോം)

11. വി. സി. കണ്ണൻനായർ (കോറോം)

12. യൂരുത്തിപ്പള്ളി കൊട്ടൻ (കോറോം)

13. മാക്കിനാടി അമ്പു (കോറോം)

14. നടുവളപ്പിൽ അപ്പ (കോറോം)

15. തോട്ടത്തിൽ അമ്പു (കോറോം)

16. കാനാപ്പള്ളി അമ്പു (കോറോം)

17. വെളിച്ചന്തോടൻ കണ്ണൻ നമ്പ്യാർ (കോറോം)

18. തെക്കണ്ടത്തിൽ കണ്ണൻ (കോറോം)

19. എ. വി. ചിണ്ടൻ (കോറോം)

20. എൻ കോരൻ (കോറോം)

21. കുന്നമ്മൽ കുഞ്ഞിരാമൻ (ആലപ്പടമ്പ്)

22. ഇ. വി കുഞ്ഞിക്കണ്ണൻ നമ്പ്യാർ (ആലപ്പടമ്പ്)

23. മാവിലാ ചിണ്ടൻനമ്പ്യാർ (ആലപ്പടമ്പ്)

24 എ. വി. ചാത്തുനായർ (ആലപ്പടമ്പ്)

25. കല്ലത്ത് കണ്ണൻനായർ (ആലപ്പടമ്പ്)

26. കെ. വി. കുട്ടി (കാങ്കോൽ)

27. പനയന്തട്ട നാരായണൻനന്മ്യാർ (കാങ്കോൽ)

28. സി. പി. നാരായണൻ (കുറ്റർ)

29. വി. വി. കുഞ്ഞിക്കണ്ണൻ (കുറ്റർ)

30. നാല്യപുരപ്പാട്ടിൽ കണ്ണൻ (കുറ്റർ)

31. പനയന്തട്ട കണ്ണൻനന്മ്യാർ (ചിറ്റാരിക്കാൽ)

32. പരങ്ങോൻ കുഞ്ഞിരാമൻ (പെരളം)

33. എം. കൃഷ്ണൻ നായർ (പിലിക്കോട്)

34. കുന്നമ്മൽ കണ്ണൻ (വടശ്ശേരി)

35. കെ. ചിരുകണ്ടൻ (പാടിയോട്ടുചാൽ)

36. വത്തക്കേൻ കണ്ണൻ (കരിവെള്ളൂർ)

37. പരിയാരത്ത് പയ്യാടക്കൻ കൃഷ്ണൻനായർ (കരിവെള്ളൂർ)

38. പി. വി. വെള്ളത്തമ്പുമാസ്റ്റർ (കരിവെള്ളൂർ)

39. മുത്തത്തി കോരൻവൈദ്യർ (മുത്തത്തി)

40. എം. പി. കുമാരൻ (കണ്ടോത്ത്)

41. സി. പി. കൃഷ്ണൻനായർ (പെരിങ്ങോം)

42. വി. വി. കഞ്ഞമ്പു സറാപ്പ് (കൊഴമ്മൽ)

വെടിയേറ്റ മരിച്ചവർ

1. കെ സി കുഞ്ഞാപ്പമാസ്റ്റർ

2. കെ എ) ചിണ്ടപ്പൊതുവാൾ

3. മൊടത്തറ ഗോവിന്ദൻ നമ്പ്യാർ.

4. പാപ്പിനിശ്ശേരി കേളുനമ്പ്യാർ

5. കുന്നമ്മൽ കുഞ്ഞിരാമൻ

6. പനയന്തട്ട കണ്ണൻ നമ്പ്യാർ

ലോക്കപ്പിൽ രക്തസാക്ഷികളായവർ

1. മാവിലാ ചിണ്ടൻനമ്പ്യാർ

2. മാരാങ്കാവിൽ കുഞ്ഞമ്പു

ജയിലിൽ മരിച്ചവർ

1. കാനപ്രവൻ അബ്ദുൾഖാദർ.

2. കുന്നമ്മൽ രാമൻ.